சர்க்கரை நோய்க்கு முற்றுப்புள்ளி

சர்க்கரை நோய்க்கு முற்றுப்புள்ளி

டாக்டர். டி. காமராஜ்

நலம்

சர்க்கரை நோய்க்கு முற்றுப்புள்ளி
Sarkkarai Noikku Muttrupulli

First Edition: November 2010
144 Pages

ISBN: 978-81-8493-579-0
Title No. Nalam 083

Nalam
177/103, First Floor,
Ambal's Building, Lloyds Road,
Royapettah, Chennai 600 014.
Ph: +91-44-4200-9601

Email : support@nhm.in
Website : www.nhm.in

Cover Image : Shutterstock

Nalam is an imprint of New Horizon Media Private Limited

‘‘சர்க்கரை நோய்க்கு
முற்றுப்புள்ளி வைக்கமுடியுமா?

கண்டிப்பாக முடியும்.
அதாவது அந்த நோய் இதற்குமேல்
தொடராமல் தடுத்து உங்களுடைய
கட்டுப்பாட்டில் வைத்துக்கொள்ளலாம்.
மற்றவர்களைப்போல இயல்பான
வாழ்க்கையை வாழலாம்.’’

உள்ளே

முன்னுரை

சர்க்கரை நோய் வந்தவர்கள், ஏன் இந்த நோய் வந்தது என்பதைப் பற்றி கவலைப்படுவதில்லை. மாறாக எப்படி இந்த நோயைக் கட்டுப்பாட்டுக்குள் வைத்துக்கொள்வது என்பதைப் பற்றித்தான் அக்கறை காட்டுகிறார்கள்.

அவர்களுக்கு ஏற்ப, சர்க்கரை நோயைக் கட்டுப்படுத்தும் வழிமுறைகளை முழுமையாகச் சொல்லிவிட்டு, பிறகு சர்க்கரை நோய் என்றால் என்ன? அது எதனால் ஏற்படுகிறது? சர்க்கரை நோயால் வரும் பாதிப்புகள் என்னென்ன? சர்க்கரை நோயை அதிகப்படுத்தும் பிற காரணங்கள் என்னென்ன? என்பது போன்ற பல விஷயங்கள் புத்தகத்தின் பிற்பகுதியில் உள்ளன.

நீங்கள் உங்கள் சர்க்கரை நோயைக் கட்டுப்பாட்டுக்குள் வைத்துக்கொள்ள வேண்டும் என்றால், அந்த நோய் பற்றிய முழு விவரமும் அறிந்திருக்க வேண்டும். நோய் எப்படித் தோன்றியது, இந்த நோய்க்கு எந்த உறுப்பு காரணம் என்பதை அறிந்துகொள்ளாமல், நோயைப் போக்கிக்கொள்ள நினைப்பது முறையானது அல்ல.

சர்க்கரை நோய்ப் பிரச்னைகளுக்கு முற்றுப்புள்ளி வைக்க முடியுமா என்று சர்க்கரை நோயாளிகள் ஏங்குவது தெரிகிறது. கண்டிப்பாக முடியும். அதாவது, அந்த நோய் இதற்கு மேல் தொடராமல் தடுத்து, உங்களுடைய கட்டுப்பாட்டில் வைத்துக்கொள்ளலாம். மற்றவர்களைப்போல் இயல்பான வாழ்க்கையையும் வாழலாம்.

இந்தப் புத்தகம் முழுவதும், சர்க்கரை நோயைக் கட்டுப் பாட்டுக்குள் வைத்துக்கொள்ளும் முறைகளைப் பற்றி விளக்கியிருக்கிறேன். கடைப்பிடியுங்கள், சர்க்கரை நோயைத் தடுத்துக்கொள்ளுங்கள்.

அன்புடன்,

டாக்டர். டி. காமராஜ்
ஆகாஷ் குழந்தையின்மைக்கான நவீன சிகிச்சை மையம்,
எண்.10, ஜவஹர்லால் நேரு சாலை,
வடபழனி, சென்னை - *600 026.*
போன்: *044-24726666, 24733999, 24816667, 24720202*

1

சர்க்கரை நோய் வராமல் இருக்க...

நாற்பது வயதுக்கு மேற்பட்டவர்களுக்கு அடிக்கடி வரும் எண்ணம், 'உடம்பெல்லாம் அடிக்கடி அசதியாகி விடுகிறது, பாதங்களில் ஒரே எரிச்சல், காலில் காயம் பட்டால் சீக்கிரம் ஆறுவதில்லை, கண்கள் அடிக்கடி இருட்டிக்கொண்டு வருகிறது. எனக்கு சர்க்கரை நோய் இருக்குமோ!'

சந்தேகமாக இருந்தால், உடனே சர்க்கரை நோயைக் கண்டறியும் பரிசோதனைகளை மேற்கொள்ளுங்கள். ஒருவேளை உங்களுக்குச் சர்க்கரை நோய் இல்லை என்றால், அது வரும் வாய்ப்பு இருக்கிறதா என்பதைத் தெரிந்துகொள்ளுங்கள்.

நிறைய இனிப்பு (சர்க்கரை) சாப்பிட்டால்தான் சர்க்கரை நோய் வரும் என்று பலர் நினைத்துக் கொண்டிருக்கிறார்கள். அது தவறு. சர்க்கரையை அதிகம் சாப்பிடுவதால் சர்க்கரை நோய் வராது. பிறகு எதை வைத்து எனக்கு சர்க்கரை நோய் வரும் என்பதை அறிந்துகொள்வது என்கிறீர்களா?

கடந்த பதினைந்து ஆண்டுகளாகப் பல ஆராய்ச்சிகள் செய்து, என்னென்ன காரணங்களால் சர்க்கரை நோய் வரும் என்பதைக் கண்டுபிடித்திருக்கிறார்கள்.

வாழ்க்கை முறை மற்றும் உடல் நலப் பாதிப்புகள்தான் சர்க்கரை நோயை உண்டாக்கும் முக்கியக் காரணிகளாகும்.

குடும்பப் பின்னணி

குடும்பத்தில் உங்கள் தந்தைக்கோ, தாய்க்கோ, தம்பி அல்லது தங்கை போன்ற உடன்பிறப்புகளுக்கோ, ஒன்றுவிட்ட சித்தப்பா, சித்தி, மாமா போன்றவர்களுக்கோ சர்க்கரை நோய் இருந்தால், உங்களுக்கும் சர்க்கரை நோய் வரக்கூடிய வாய்ப்புகள் இருக்கிறது. பெற்றோர் இருவருக்கும் இருந்தால், உங்களுக்குக் கண்டிப்பாக சர்க்கரை நோய் வரும்.

எடை

எண்பது சதவீதத்துக்கும் அதிகமான பேர், உடல் எடை கூடுவதால் இந்த நோய்க்கு இலக்காகிறார்கள். அதிகக் கொழுப்பால், செல்கள் விரிவடைந்துவிடுவதால், போது மான இன்சுலினை செல்கள் பெற முடியாது. உங்கள் எடை ஒவ்வொரு பவுண்டு அதிகரிக்கும்போதும், சுமார் நான்கு சதவீத சர்க்கரை நோய்க்கான வாய்ப்பை நீங்கள் உண்டாக்கிக் கொள்கிறீர்கள். இன்சுலின் தனது வேலைகளைச் சரியாகச் செய்யாதவகையில் செல்களில் கொழுப்பு அடைத்துக் கொள்ளும்.

உடல் செயல்பாடு குறைதல்

நான் ஹவுஸ்வொய்ஃபாக இருக்கிறேன். வீட்டோடு மாப்பிள்ளையாக இருக்கிறேன் என்று எந்த வேலையும் செய்யாமல் சொகுசாக வாழ்க்கை நடத்துபவர்களுக்கு சர்க்கரை நோய் வரும் வாய்ப்பு மிக அதிகம்.

‘கம்பெனியில், கூலிக்கு வேலை பார்ப்பவன் வண்டியில் போகிறான். என் அந்தஸ்துக்கு நான் காரில்தான் போவேன். பத்தடி தூரம் நடப்பதுகூட என் அந்தஸ்துக்கு செய்யும் அவமரியாதை’ என்று நினைப்பவர்களுக்கு, காலாற நடக்காதவர்களுக்கு, எந்த வேலையையும் பிறர் மீது திணித்து விட்டு, சாய்வு நாற்காலியில் சாய்ந்து கிடப்பவர்களுக்கு இன்சுலின் சரியாக வேலை செய்யாமல், ரத்தச் சர்க்கரை அளவு அதிகரித்து சர்க்கரை நோய் வந்துவிடும்.

ரத்த அழுத்தம் மற்றும் கொலஸ்ட்ரால் அதிகரிப்பு

ரத்த அழுத்தம் 140/90-க்கு அதிகமாகவும், கொழுப்பில் டிரைகிளிசரின் அளவு 250 மில்லிகிராமுக்கு அதிகமாகவும்,

எச்.டி.எல். கொழுப்பு 35 மில்லிகிராமுக்குக் குறைவாகவும் இருந்தால் சர்க்கரை நோய் வரும் வாய்ப்பு அதிகம்.

வயது

நாற்பத்தைந்து வயது ஆகும்போது, உடலின் செயல்திறன் குறைந்து சர்க்கரை நோய் வரும் வாய்ப்பு அதிகம். இருபது வயதிலேயே நாற்பது வயது ஆனவரைப்போல் நடந்து கொள்ளும் நபர்களுக்கும் சர்க்கரை நோய் வரும்.

பெண்கள்

பாலிசிஸ்டிக் ஓவேரியன் சிண்ட்ரோம் என்ற நார்க்கழலை பாதிப்பு உள்ள பெண்கள், கர்ப்பக் காலத்தில் சர்க்கரை நோயால் பாதிக்கப்பட்ட பெண்கள், மூன்று கிலோவுக்கு மேல் அதிக எடை கொண்ட குழந்தை பெற்ற பெண்கள், உடல் செயல் திறன் குறைந்த பெண்கள் ஆகியோர் சர்க்கரை நோயை எதிர்பார்த்துக் காத்திருக்கலாம்.

உடல் பருமன்

தைராய்டு பிரச்னை போன்ற ஹார்மோன் பாதிப்புகள் மற்றும் உணவு முறை, பரம்பரை போன்றவை காரணமாக உடல் பருமன் அதிகம் உள்ளவர்களுக்குச் சர்க்கரை நோய் வருவதற் கான வாய்ப்புகள் அதிகம். உயரத்துக்கு ஏற்ற உடல் பருமனும் எடையும் இல்லாமல் கூடுதலாக இருந்தால் சர்க்கரை நோய் வரும். தொப்பை பெரிதாக இருப்பவர் களுக்கும் இந்த நோய் வரும் வாய்ப்பு உண்டு.

சர்க்கரை நோய் வராமல் தடுக்க...

சர்க்கரை நோய் வராமல் தடுக்கவேண்டுமானால், சில முன்னெச்சரிக்கை நடவடிக்கைகளில் ஈடுபட வேண்டும்.

நலவாழ்வு முறைக்கு ஏற்ப வாழ்க்கை முறையில் மாற்றத்தை உண்டாக்கிக்கொள்ள வேண்டும்.

வயது வித்தியாசம் இல்லாமல், உணவு முறையில் மாற்றம், ஊட்டச்சத்துணவின் முக்கியத்துவம், உடல் திறனை அதிகரிக்கும் செயல்பாடுகள், எடைக் குறைப்பில் கவனம் செலுத்துதல் போன்றவற்றில் ஈடுபட்டால் சர்க்கரை நோய் வரும் வாய்ப்பை அறுபது சதவீதம் வரை தடுத்துவிடலாம்.

வாழ்க்கை முறைக்கு ஏற்ற உணவு வகைகளைச் சாப்பிட்டுப் பழக வேண்டும். அதிக நார்ச்சத்து உள்ள உணவுகளை எடுத்துக்கொண்டு, மொத்த கலோரியில் முப்பது சதவீதம் குறைவாகச் சாப்பிட்டாலும் பரவாயில்லை. கொழுப்புச் சத்து பத்து கலோரி அளவு மட்டுமே இருக்குமாறு உணவு முறை இருக்க வேண்டும்.

மாமிச உணவுகளைவிட, இயற்கையான காய்கறிகள் மற்றும் பழங்களில் கொழுப்பு குறைவு, மற்ற சத்துகள் அதிகம். எனவே, இயற்கை உணவுக்குத் திரும்ப வேண்டும்.

தொடர்ந்து உடற்பயிற்சியில் ஈடுபட வேண்டும். நடப்பது நல்லது. மோட்டார் சைக்களில் செல்வதைவிட சைக்கிளில் செல்வது உடல் திறனை அதிகரிக்கும். ஏரோபிக் பயிற்சிகள், இசைக்கு ஏற்ற நடனம் போன்றவற்றில் ஈடுபடலாம்.

உடல் எடையை அதிகரிக்கவிடாமல் கட்டுப்பாட்டுக்குள் வைத்துக்கொள்ளும் வழிமுறைகளைத் தவறாமல் பின்பற்ற வேண்டும்.

இவற்றையெல்லாம் செய்தால், நம்மை நோக்கி சர்க்கரை நோய் வராமல் தடுத்துவிடலாம்.

அனைவரும் தெரிந்துகொள்ள வேண்டியவை

முப்பது முதல் நாற்பது வயதாகிவிட்டாலே, ஆண்டுக்கு ஒருமுறை சர்க்கரை நோய்ப் பரிசோதனை செய்துகொள்ள வேண்டும்.

★ குடும்பத்தில் யாருக்கேனும் சர்க்கரை நோய் இருந்தால்

★ நீங்கள் அதிக எடையுடன் இருந்தால்

★ எவ்வளவு சாப்பிட்டாலும் காரணமே இல்லாமல் எடை குறைந்தால்

★ உடல் உழைப்பு இல்லாமல் இருந்தால்

★ காரணமே இல்லாமல் அலர்ஜி, மலச்சிக்கல் இருந்தால்

★ மன இறுக்கம்

★ அதிகப் பசி

★ மிகுதியான தாகம்

★ அடிக்கடி சிறுநீர் கழித்தல்

★ காயங்கள் ஆறாத நிலை

போன்றவை இருந்தால், உடனடியாகத் தகுதி வாய்ந்த மருத்துவரை அணுகி, சிறுநீர்ப் பரிசோதனை அல்லது ரத்தப் பரிசோதனை செய்துகொள்ளுங்கள்.

உணவு சாப்பிட்டு ஒன்றரை மணி முதல் இரண்டு மணி நேரத்துக்குப் பிறகு சிறுநீர்ப் பரிசோதனை செய்துகொள்வதுதான் சரியான முறை.

முதலில் வெளியாகும் சிறுநீரைக் கழித்துவிட்டு, இரண்டாவது முறை கழிக்கும் சிறுநீரை ஒரு சுத்தமான பாட்டிலில் எடுத்துப் பரிசோதிக்க வேண்டும்.

மருந்துக் கடைகளில் டயஸ்டிக்ஸ் என்ற பெயரிலோ அல்லது டெஸ்ட் டேப் சுகர் இன் யூரின் என்ற பெயரிலோ கிடைக்கும் பரிசோதனை கிட்டுகளை வாங்கிப் பயன்படுத்தி, சர்க்கரை நோய் இருக்கிறதா இல்லையா என்பதைத் தெரிந்து கொள்ளலாம்.

மருந்துக் கடைகளில் பெனடிக்ட் சொல்யூஷன் என்று கேட்டு வாங்கி, அதில் ஐந்து மில்லி எடுத்து ஒரு சோதனைக் குழாயில் போட்டு, ஸ்பிரிட் விளக்கு வெப்பத்தில் கொதிக்க வையுங்கள். பெனடிக்ட் சொல்யூஷன் நிறம் மாறாமல் இருக்க வேண்டும்.

இரண்டாவது முறையாக எடுத்த சிறுநீரில் இருந்து ஒரு சொட்டு விட்டு மறுபடியும் கொதிக்க வையுங்கள். இப்போது நிறத்தைப் பாருங்கள். நிறம் மாறாமல் நீல நிறத்தில் இருந்தால், உங்களுக்குச் சர்க்கரை நோய் இல்லை. மஞ்சள் நிறத்தில் இருந்தால், இரண்டு சதவீதம் வரை சர்க்கரை நோய் உள்ளது என்பதையும், ஆரஞ்சு நிறத்தில் இருந்தால், சர்க்கரை நோய் இருப்பதையும் உறுதிப்படுத்திக் கொள்ளலாம்.

வைட்டமின் மாத்திரைகளைச் சாப்பிட்ட பிறகு சிறுநீர்ப் பரிசோதனை செய்ய வேண்டாம். இதனால், சிறுநீரில் தவறான முடிவுகள் தெரியவரலாம்.

ஆண்டுக்கு ஒருமுறை கண், இதயம், பொது உடல் பரிசோதனை மேற்கொள்வது நல்லது. அறுவை சிகிச்சை செய்ய வேண்டிய நிலை வந்தால், அறுவைக்கு முன்பும், பின்பும் சர்க்கரைப் பரிசோதனை செய்துகொள்ள வேண்டும்.

உங்கள் கை கால்களில் புண்கள் மற்றும் காயங்கள் ஏற்படாமலும், ஒருவேளை ஏற்பட்டால் அவை விரைந்து ஆறுகின்றனவா என்பதையும், அளவுக்கு மீறிய களைப்பு ஏற்படுவதாக இருந்தால், இதயப் பரிசோதனையையும் செய்துகொள்ளுங்கள்.

திருமணம் செய்துகொள்ளும் முன், மாப்பிள்ளை - பெண் வீட்டார் இருவரும், குடும்பத்துக்குள் சர்க்கரை நோய் ஏதும் இருக்கிறதா என்பதைக் கேட்டுத் தெரிந்துகொள்வது நல்லது.

நம் உடலில் சர்க்கரையின் அவசியம் என்ன?

★ சர்க்கரைதான் நமது உடல் உறுப்புகள் வேலை செய்வதற்குத் தேவையான எரிபொருளாகப் பயன்படுகிறது.

★ உள் உறுப்புகள் அனைத்தும் ஓய்ந்துவிடாமல் தொடர்ந்து செயல்பட்டுக்கொண்டிருக்க, ரத்தத்தில் சர்க்கரைச் சத்து எப்போதும் இருந்துகொண்டிருக்க வேண்டும்.

★ சர்க்கரைச் சத்து குறைந்துவிட்டால், மூளை தனது செயல் திறனை இழந்துவிடும். மயக்கம், சுய நினைவு இழத்தல், கோமா போன்ற பிரச்னைகள் உருவாகும்.

2

சர்க்கரை நோய் வந்த பிறகு கட்டுப்படுத்த...

'முந்தைய அத்தியாயத்தில் சர்க்கரை நோய் வராமல் இருப்பவர்களுக்கான ஆலோசனைகளைச் சொன்னீர்கள். அதனால் எங்களுக்கு எந்தப் பயனும் இல்லை. காரணம், ஏற்கெனவே எங்களுக்குச் சர்க்கரை நோய் வந்துவிட்டது. அதை எப்படி கட்டுப் படுத்துவது என்பதைப் பற்றிச் சொல்லுங்கள்' என்று கேட்கிறீர்களா?

மிகவும் எளிய ஐந்து வழிகள் உள்ளன.

1. உடற்பயிற்சி
2. உணவு முறை
3. எடை குறைத்தல்
4. சுயமாக உங்களை நீங்களே கவனித்துக் கொள்ளுதல்
5. மருந்து, மாத்திரைகளைத் தவறாமல் எடுத்துக் கொள்ளுதல்.

சர்க்கரை நோயால் அதிகச் சிக்கல்கள் வரக் கூடாது என்று விரும்புபவர்கள், ரத்தச் சர்க்கரை அளவு எப்போதும் கட்டுப்பாட்டுக்குள் இருக்குமாறு பார்த்துக்கொள்ள வேண்டும்.

சர்க்கரை நோய்தானே, பார்த்துக்கொள்ளலாம் என்று இருந்தால், பிரச்னைகள் ஏவுகணை

வேகத்தில் வந்துவிடும். இதனால், குறிப்பிட்ட காலத்துக்கு முன்பே இறந்துபோதல், உடல் உறுப்புகள் செயல்படாமல் முடங்கிவிடுதல், கண்கள், சிறுநீரகம், இதயம் போன்ற உள் உறுப்புகள் பாதிக்கப்படுதல், பக்கவாதம் மற்றும் நரம்புத் தளர்ச்சி போன்ற பல்வேறு இன்னல்களை அனுபவிக்க வேண்டி இருக்கும்.

பிறவியில் இருந்தே சர்க்கரை நோய் இருந்தால், மருந்து மாத்திரைகள்தான் ஒரே வழி. இடையில் வந்திருந்தால், உடற்பயிற்சி மற்றும் உணவு முறை மூலமே கட்டுப் படுத்தலாம்.

இடையில் நோய் ஏற்பட்டு, மருந்து, மாத்திரைகளைச் சாப்பிட்டால், கணையம் இன்சுலினை உற்பத்தி செய்யும். ஆனால், சர்க்கரையின் அளவு அதிகமாக இருந்தால், மருந்து மாத்திரைகள் எதிர்பார்த்த பலனைத் தராது. அத்தகையச் சூழலில், இன்சுலின் மருந்தை மட்டுமே நம்பியிருக்க வேண்டி இருக்கும்.

நீங்கள் நோயைக் கட்டுப்படுத்திவிட்டால், வாய் வழி மருந்தை எடுத்துக்கொள்ளலாம்.

சர்க்கரை நோய் கட்டுப்படாமல் தொடர்ந்துகொண்டிருந் தால், காலம் முழுவதும் அதற்கான சிகிச்சையைப் பெற வேண்டி இருக்கும்.

ஒரு கட்டத்தில், சலித்துப்போய் சிகிச்சை முறைகளை நீங்கள் கைவிட்டுவிடுவீர்கள். விளம்பரங்களில் வரும் பொருள் களில் மயங்கி, அவை சர்க்கரை நோயைக் கட்டுப்படுத்தும் என்று நம்பி விலை கொடுத்து வாங்கிப் பயன்படுத்தி ஏமாறும் நிலை ஏற்படும்.

சர்க்கரை நோயைக் காலம் முழுவதும் கட்டுப்பாட்டில் வைத்துக்கொள்வதற்கு, அறிவுப்பூர்வமாகச் சிந்தித்துச் செயல் பட வேண்டும். அதற்கான மிக முக்கிய வழிகள் இதோ.

ரத்தச் சர்க்கரை கட்டுப்பாடு

விரதம் அல்லது பட்டினியாக இருக்கும்போது, ரத்தச் சர்க்கரை அளவு 90-130 மில்லி கிராம் இருக்க வேண்டும்.

சாப்பிட்ட இரண்டு மணி நேரத்துக்குப் பிறகு 180 மில்லி கிராமுக்குள் இருக்க வேண்டும்.

கிளைகோசிலேட்டட் ஹீமோகுளோபின் (எச்பிஏ1 சி) ஏழு சதவீதத்துக்கும் குறைவாக இருக்க வேண்டும்.

ரத்த அழுத்தம்

ரத்த அழுத்தம் 130/80-க்கும் குறைவாக இருக்குமாறு பார்த்துக்கொள்ள வேண்டும்.

எடை குறைத்தல்

இடுப்பின் சுற்றளவு முப்பத்திரண்டு செ.மீ.க்கும் குறைவாக இருக்குமாறு குறைத்துக்கொள்ள வேண்டும்.

கொழுப்பு அளவைக் குறைத்தல்

எல்டிஎல் கொழுப்பு 100 மில்லி கிராமுக்கும் குறைவாகவும், டிரைகிளிசரைடு 150 மில்லி கிராமுக்குக் குறைவாகவும், எச்டிஎல் கொழுப்பு 40 மில்லிகிராமுக்கும் அதிகமாகவும் இருக்குமாறு பார்த்துக்கொள்ள வேண்டும்.

இவற்றையெல்லாம் மருத்துவரின் நேரடி மேற்பார்வை யில் செய்துவந்தால், சர்க்கரை நோயை முழுமையான கட்டுப் பாட்டுக்குள் வைத்துக்கொள்ளலாம்.

அதிகமாகவும், அடிக்கடியும் பட்டினி கிடப்பவர்களுக்கும் சர்க்கரை நோய் வருவது ஏன்?

அதிக நேரம் பட்டினியாக இருந்து பழக்கப்பட்டவர்களின் திசுக்கள் போதுமான அளவு வேலை செய்யும் திறமையை இழந்துவிட்டிருக்கும். இதனால், இன்சுலின் சுரப்பைத் தூண்டும் தன்மை இல்லாமல், இன்சுலின் சுரப்பு குறைந்து அல்லது நின்றுவிடுவதால் சர்க்கரை நோய் உண்டாகும்.

3

சர்க்கரை நோயாளிகளுக்கான உணவு முறை

நீங்கள் ஒரு சர்க்கரை நோயாளி. உங்களுக்கு வந்துள்ள சர்க்கரை நோயைக் கட்டுப்பாட்டுக்குள் வைத்துக்கொள்ள வேண்டும். அவ்வளவுதானே!

இரண்டே இரண்டு முக்கிய வழிகள் இருக்கின்றன. அவற்றை மிகவும் தீவிரமாகக் கடைப்பிடியுங்கள். உங்கள் நோய் காலமெல்லாம் கட்டுப்பாட்டுக்குள் இருக்கும்.

அந்த இரண்டு வழிகளில், ஒன்று உணவுமுறை. இன்னொன்று உடற்பயிற்சி.

சரியான உணவு முறையும், உடற்பயிற்சியும், சர்க்கரை நோயைக் வாழ்நாள் முழுவதும் கட்டுப் பாட்டுக்குள் வைத்துக்கொள்ளும் என்பதை நீங்கள் தெரிந்துகொள்ள வேண்டியது மிகவும் அவசியம்.

உணவுமுறை

குறையினும் மிகினும் நோய் தரக்கூடியது உணவு.

அளவோடு உண்டால்தான் அது அமிர்தம். அளவுக்கு மீறினால் அதுவும் நஞ்சாகும்.

ஒருவேளை உண்பவன் யோகி. இருவேளை உண்ப வன் போகி (இல்லறத்தான்). மூன்று வேளையும் உண்பவன் ரோகி (நோயாளி) என்பார்கள்.

எல்லோருமே யோகியாக இருக்க விரும்புவோம். போகி யாக இருக்க விரும்புவோம். ஆனால், ரோகியாக இருக்க விரும்பமாட்டோம்.

சர்க்கரை நோயாளிகளைப் பொறுத்தவரை, அவர்கள் ஏற்கெனவே ரோகியாகிவிட்டார்கள். இந்த ரோகத்தைத் தடுத்துக்கொள்ள அவர்களுக்கு உணவு முறை அவசியம். உணவு முறையைப் பட்டியலிட்டுக்கொள்ள வேண்டும்.

சர்க்கரை நோயாளிகளை,

1. மிகவும் ஒல்லியானவர்கள்
2. மிதமான எடையுடன் இருப்பவர்கள்
3. மிகவும் பருமனான உடல் எடை கொண்டவர்கள்

என்று மூன்று வகையாகப் பிரித்துக்கொண்டால்தான், எந்த வகையினருக்கு எவ்வளவு உணவு கொடுக்க வேண்டும் என்ற பட்டியல் சரியாகப் பொருந்தும்.

உதாரணமாக, ஒருவருக்குச் சராசரியாக தினமும் 2600 கலோரி சத்து தரக்கூடிய உணவு தேவை என்று வைத்துக்கொள்ளுங் கள். இது யாருக்குப் பொருந்தும் என்றால், மிகவும் ஒல்லி யாக, ஊட்டச்சத்து இல்லாமல் இருக்கிறார் பாருங்கள், அவருக்குப் பொருந்தும். இதையே உடல் பருமன் அதிகமாக இருப்பவர் சாப்பிட்டால், சர்க்கரை நோய் அதிகரிக்கத் தொடங்கிவிடும்.

ஆகவே, உங்கள் உடல்வாகு எப்படிப்பட்டது என்பதை முதலில் தீர்மானம் செய்துகொள்ளுங்கள். உயரத்தை முதலில் அளந்துகொள்ளுங்கள். நீங்கள் மிகவும் ஒல்லியாக இருந் தால், 2600 கலோரி தரும் உணவைக் கொஞ்சம் கொஞ்சமாகச் சாப்பிடுங்கள்.

நீங்கள் மிதமான எடை கொண்டவராக இருந்தால் 2200 கலோரி உணவைச் சாப்பிடுங்கள்.

உங்களுக்கு உடல் பருமன் அதிகம் என்றால், 1800 கலோரி சத்து தரும் உணவுக்கு மேல் சாப்பிடுவது வேண்டாம்.

உணவுமுறை என்று வந்துவிட்டால் எதையெதை சாப்பிட வேண்டும், எதையெதை சாப்பிடக் கூடாது என்பதைப் பற்றி தெரிந்து வைத்திருக்க வேண்டும்.

சாப்பிடக்கூடாதவை

சாப்பிடக்கூடியவை பற்றிதானே எல்லோரும் முதலில் சொல்வார்கள். நீங்கள் மட்டும் சாப்பிடக்கூடாதவற்றைப் பட்டியல் போடுகிறீர்களே என்று நினைப்பீர்கள்.

சாப்பிடக்கூடாததை முதலிலேயே தவிர்த்துவிட்டால் மீதம் உள்ளதையெல்லாம் சாப்பிடலாம் அல்லவா?

நிறைய அரிசிச் சாதம் மற்றும் அரிசிக் கஞ்சி குடிப்பதைத் தவிர்த்துவிடுங்கள்.

தமிழ்நாட்டைப் பொறுத்தவரை, அரிசிதான் முக்கிய உணவுப்பொருள். இந்த உணவுப் பொருளில் அதிகமான மாவுச்சத்து உள்ளது. கேழ்வரகு, கோதுமை போன்ற வற்றிலும் மாவுச்சத்து அதிகம்தான். ஆனால், அவற்றின் மேல்தோல் அவை சீக்கிரமாக ஜீரணமாவதைத் தடை செய்து விடுகின்றன. ஆனால், அரிசியில் மேல்தோல் நீக்கப்பட்டு விடுவதால், இது உடனே ஜீரணமாகி ரத்தத்தில் சர்க்கரை உடனடியாக அதிகமாகிவிடும். அடுத்து உடனே பசிக்கும். மேலும் மேலும் சாப்பிடும்போது, சர்க்கரை அளவு அதிக மாகும்.

நெய், பாமாயில், வனஸ்பதி, டால்டா, தேங்காய் எண்ணெய் போன்றவற்றைச் சாப்பிடாதீர்கள்.

எந்த இறைச்சியை வாங்கினாலும் எண்ணெய்யில் வறுத்து/ பொரித்துச் சாப்பிடாதீர்கள்.

கோழி இறைச்சியை வாங்கினால் தோலுடன் சமைத்துச் சாப்பிடாதீர்கள். குழம்பு வைத்துச் சாப்பிடலாம். இல்லா விட்டால், தந்தூரி மாதிரி அனலில் சுட்டுச் சாப்பிடலாம்.

பருப்புகள் மற்றும் கொட்டைகளை எண்ணெய்யில் வறுத்துச் சாப்பிடுவதைத் தவிருங்கள். பொரியலைவிட கூட்டு நல்லது. எனவே, பொரியல் சாப்பிடுவதைக் குறைத்துக்கொள்ளுங்கள்.

ஊறுகாய், கருவாடு, அப்பளம், வற்றல் போன்றவற்றைத் தவிர்த்துவிடுங்கள்.

அசைவப் பிரியர்கள், அசைவத்தைக் குறைத்துக்கொள்வது நல்லது.

ஓசியில் சாப்பிட்டுப் பழகியவர்கள், அடிக்கடி விருந்துக்குப் போவதைக் குறைத்துக்கொள்ள வேண்டும். வாயைக் கட்டா விட்டால், நோய் உங்களைக் கட்டிப்போட்டுவிடும்.

தவிர்க்க வேண்டிய பழங்கள்

மாம்பழம், பலாப்பழம், வாழைப்பழம் மூன்றையும் சாப்பிடாமல் தவிர்ப்பது நல்லது. பேரீச்சை, கிஸ்மிஸ் (உலர்ந்த திராட்சை), சப்போட்டா, பப்பாளி போன்ற வற்றையும் சாப்பிட வேண்டாம்.

திராட்சை, அன்னாசி, கிர்னிப்பழம், ஆரஞ்சு, சாத்துக்குடி, கமலா போன்றவற்றை எப்போதாவது ஒன்றிரண்டு சாப்பிட லாம். நிறைய சாப்பிடக் கூடாது. கரும்புச் சாறு குடிக் காதீர்கள்.

பனங்கற்கண்டு, தேன், மலை வாழை, இனிப்பான லேகியங்கள், தேனில் ஊறவைத்த நெல்லிக்காய், கடுக்காய் மற்றும் பிற பொருள்கள், குலோப் ஜாமுன், இனிப்புப் பண்டங்கள், பஞ்சாமிர்தம், சர்க்கரைப் பொங்கல் எல்லாம் தவிர்க்கப்பட வேண்டியவை.

முள்ளங்கி, நூக்கல் போன்றவை தவிர, பூமிக்கு அடியில் விளையும் கிழங்குகளை அதிகமாகச் சாப்பிடாதீர்கள். இவற்றில் உள்ள கார்போஹைட்ரேட் எளிதில் ஜீரணமாகி ரத்தத்தில் சர்க்கரையின் அளவை அதிகமாக்கிவிடும். தவிர, கார்போஹைட்ரேட் சத்து அதிகம் சேர்வதால் உடலும் பருத்துவிடும். ஆகவே, பூமிக்கு மேல் விளையும் காய்கறி களை நிறைய எடுத்துக்கொள்ளுங்கள். இவை சர்க்கரையை அதிகப்படுத்தாது.

பப்பாளிக்காய், தக்காளி, பரங்கிக்காய் ஆகியவற்றைச் சாப்பிடலாம். ஆனால், இவற்றின் பழங்களை அதிகமாகச் சாப்பிடக் கூடாது.

சாப்பிடக்கூடியவை

சர்க்கரை நோயாளிகள் பாகற்காயை அதிகமாகச் சாப்பிட வேண்டும். ஏனென்றால், இனிப்புக்கு எதிரி கசப்பு.

அதனால், இது சர்க்கரையைக் கட்டுப்படுத்தும் என்கிறார் கள். இதற்கு, ஆதாரப்பூர்வமான உண்மைகள் எதுவும் கிடை யாது.

கத்தரிக்காய், அவரை, அவரைப்பிஞ்சு, வாழைத்தண்டு, காராமணி, வெண்டைக்காய், முருங்கைக்காய், தக்காளிக் காய், வாழைப்பூ, முட்டைக்கோஸ், முள்ளங்கி, புடலை, நூக்கல், கீரை வகைகள், பச்சைப் பட்டாணி, பாகற்காய், முளை கட்டிய தானியங்கள், கொண்டைக் கடலை, பீன்ஸ், வெங்காயம், வெள்ளைப் பூண்டு, கறிவேப்பிலை, நாவல் பழம் போன்றவற்றை நிறைய சாப்பிடலாம். குறிப்பாக, நார்ச்சத்து அதிகம் உள்ள பொருள்களைச் சாப்பிடுவது நல்லது.

பகலில், எல்லா காய்கறிகளையும் கலந்து அவியலாக்கிச் சாப்பிடலாம். இரவில், பச்சைக் காய்கறி சாலடும், மாலை யில், காய்கறி சூப்பும் சாப்பிடலாம்.

உணவுமுறையில் அரிசி, மைதாவைவிட கேழ்வரகு பயன் படுத்தலாம். கோதுமைச் சப்பாத்தி சாப்பிடலாம். பால், தயிர், மோர், மீன், கோழி இறைச்சி (மார்பகப் பகுதி) ஒன்று அல்லது இரண்டு துண்டுகள் சாப்பிடலாம். பழங்கள் சாப்பிட விரும்புவோர், அதிக சர்க்கரைச் சத்து இல்லாத பழங்களைச் சாப்பிடுவது நல்லது.

அன்னாசி, வெள்ளரி, கிர்னி போன்ற பழங்களைக் கொஞ்சம் போல் சாப்பிடலாம். சாத்துக்குடி, கமலா போன்ற சிட்ரஸ் வகைப் பழங்களை சிறிதளவு சாப்பிடலாம். அளவோடு உண்பது நலம்.

சாப்பிடுவதற்கு முன் கவனிக்கவேண்டியவை

பழங்கள் பெரும்பாலும் ஜீரணம் ஆன உடனேயே ரத்தத்தில் கலக்கக்கூடியவை. குறிப்பாக, ஆரஞ்சு வகைப் பழங்களின் சத்துகள் எல்லாம் நேரடியாக ரத்தத்தில் கலந்துவிடும். இவற்றை, உடலில் சர்க்கரை அதிகமாக இருக்கும்போது தவிர்க்க வேண்டும்.

மூன்று வேளை உணவை ஐந்து வேளை உணவாகப் பிரித்துக் கொண்டு சாப்பிட வேண்டுமே தவிர, வயிறு முட்ட சாப்பிடக் கூடாது.

பல நோயாளிகள், உப்பு போட்டு சாப்பிடலாமா? குறைவான உப்பைத்தான் பயன்படுத்த வேண்டுமா? என்று கேட்கிறார்கள்.

சர்க்கரை நோயுடன் மிகை ரத்த அழுத்தம், சிறுநீரகக் கோளாறுகள், இதயம் தொடர்பான பிரச்னைகள் இருப்பவர்கள், குறைவான உப்பைப் பயன்படுத்த வேண்டும். மற்றவர்கள், மிதமான அளவில் உப்பைப் பயன்படுத்தலாம். சமையலுக்கு சூரியகாந்தி எண்ணெய் மற்றும் நல்லெண்ணெய் பயன்படுத்தலாம்.

இதெல்லாம் கஷ்டமான விஷயங்கள். நீங்கள் சில காய்கறிகள் மற்றும் பழங்களின் கலோரி சத்துகளை மட்டும் சொல்லுங்கள். எங்கள் எடைக்கும், தேவைக்கும் ஏற்றவாறு நாங்கள் பயன்படுத்திக்கொள்கிறோம் என்கிறீர்களா?

அதுவும் சரிதான். முதலில் நீங்கள் இருக்கவேண்டிய எடை அளவைத் தெரிந்துகொள்ளுங்கள். பிறகு கலோரிகளைப் பார்க்கலாம்.

உடல் எடையும், உயரமும்

உயரமும் உடல் எடையும், ஒவ்வொருவருக்கும் ஒருவித அளவுடன் இருக்கும்.

இந்தியர்கள் நடுத்தர உடல்வாகு உடையவர்கள். நீக்ரோக்கள் (கறுப்பர்கள்) உயரமானவர்கள். ஐரோப்பியர்களின் உடல் வாகைவிட, இந்தியர்களின் உடல்வாகு குறைந்த அளவில் இருக்கும். ஆக, விகிதாச்சாரங்கள் எல்லாருக்கும் ஒரே மாதிரியாக இருக்காது. தோராயமாகத்தான் இருக்கும்.

உடல் எடைக்கும், சர்க்கரை நோய் வருவதற்கான வாய்ப்புக்கும் நெருங்கிய தொடர்பு இருக்கிறது. ஆகவே, உடல் எடையைப் பற்றி துல்லியமாக அறிந்திருக்க வேண்டும்.

உடல் எடை பற்றிய விவரங்களை அறியும் முறைக்கு 'பாடி மாஸ் இன்டெக்ஸ்' (பி.எம்.ஐ.) என்று பெயர். உயரம் மற்றும் அதற்கேற்ற எடையை வைத்து சரியான எடை மற்றும் கூடுதல் எடையைக் கணக்கிடலாம்.

உங்கள் எடை எவ்வளவு இருக்க வேண்டும் என்று தெரிந்து கொள்ள ஆர்வமாக இருப்பவர்கள் முதலில், உங்கள்

	இயல்பு		கூடுதல் எடை		உடல் பருமன்				
பிஎம்ஐ	19	24	25	29	30	35	40	45	50
உயரம்	உடல் எடை (கிலோ)								
4′10″	41	52	54	63	65	75	87	98	108
4′10″	41	52	54	63	65	75	87	98	108
4′11″	43	54	56	65	67	79	90	101	112
5′0″	44	56	56	65	67	79	90	101	112
5′1″	45	58	60	70	72	84	96	108	120
5′2″	47	60	62	72	75	97	99	112	124
5′3″	49	62	64	74	77	90	102	115	128
5′4″	50	64	66	77	79	93	105	119	132
5′5″	52	65	68	79	82	95	109	123	136
5′6″	54	67	70	81	85	98	112	126	140
5′7″	55	70	72	84	87	101	116	130	145
5′8″	57	72	75	86	90	105	119	134	149
5′9″	58	74	77	89	92	107	123	138	154
5′10″	60	76	79	92	95	110	126	142	158
5′11″	62	78	81	95	98	114	130	146	163
6′0″	64	80	84	97	100	117	134	150	167
6′1″	65	81	86	100	103	120	137	155	172
6′2″	67	85	88	102	106	124	147	159	177

உயரத்தை அளந்துகொள்ளுங்கள். அதில் இருந்து நூறைக் கழித்து அதை 0.9-ஆல் பெருக்கிக்கொண்டால் வரும் விடை தான் உங்களின் சரியான எடை.

அதற்கு மேல் இருந்தால் அதிக எடை என்றும், குறைவாக இருந்தால் குறை எடை என்றும் பொருள்.

உதாரணத்தைத் தெரிந்துகொள்ள வேண்டுமா?

தற்போதைய உயரம் - 164 செ.மீட்டர். எடை - 70 கிலோ.

பிஎம்ஐ கணக்குப்படி நீங்கள் இருக்க வேண்டிய எடை (164 – 100 = 64 x 0.9 = 57.6 கிலோ. ஆக, நீங்கள் கூடுதலாக (70 – 57.6) 12.94 கிலோ எடை இருக்கிறீர்கள்.

உங்களுடைய எடை மற்றும் உயர அளவுகளைப் பற்றிய விவரங்களையும், எது ஆரோக்கியமானது, எது கூடுதல் எடை, எது உடல் பருமன் என்பதையும் தெரிந்து கொள்ளுங்கள்.

முன் பக்கத்தில் உள்ள கட்டம் புரிகிறதா?

புரியவில்லை என்றால், இந்த உதாரணத்தைத் தெரிந்து கொள்ளுங்கள்.

நீங்கள் நான்கு அடி பத்து அங்குலம் உயரம் உள்ளவராக இருந்தால், உங்கள் இடுப்புச் சுற்றளவு 19 முதல் 24 வரை இருந்தால், நீங்கள் 41 முதல் 52 கிலோ எடையுடன் இருப்பது சரியான எடை. கூடுதலாக இருந்தால், அது உடல் பருமனைக் குறிக்கும்.

எடை அதிகமாகும்போது, சர்க்கரை நோய் வரும் வாய்ப்பு அதிகம்.

பெண்கள், ஆண்களின் உடல் எடையைவிட மூன்று முதல் நான்கு கிலோ எடை குறைவாக இருக்க வேண்டும். அதற்கு மேல் எடையுடன் இருப்பது அதிக எடையாகக் கருதப்படும்.

இடுப்புப் பகுதிக்கு மேல், தொப்பையில் கொழுப்பு சேருமானால், அது ஆப்பிள் வடிவத்திலும், இடுப்பு மற்றும் தொடைப் பகுதியில் சேருமானால் சுரைக்காய் வடிவிலும் இருக்கும்.

பெரும்பாலும் உங்களுக்கு வரும் தொப்பையானது, பரம்பரையாக உங்கள் பெற்றோருக்கு எவ்வாறு இருந்ததோ அதையொட்டியே வரும். ஆப்பிள் வடிவ தொப்பை இருந்தால் மாரடைப்பு, சர்க்கரை நோய் மற்றும் ரத்தக் கொதிப்பு வருவதற்கான வாய்ப்புகள் அதிகம். ஆகவே, எந்தச் சூழலிலும் உங்கள் எடை அதிகமாகாமல் பார்த்துக் கொள்ள வேண்டும்.

எடை அதிகரிக்கிறதா என்பதைத் தெரிந்துகொள்ள உங்கள் இடுப்பின் சுற்றளவை அடிக்கடி அளந்து பார்த்துக் கொள்ளுங்கள்.

இடுப்பு எலும்பு மற்றும் வயிற்றுக்குக் குறுக்கே இருக்கும் பகுதி 39 அங்குலத்துக்கும் அதிகமாக இருந்தாலும், பெண் களுக்கு 34 அங்குலத்துக்கு அதிகமாக இருந்தாலும், உடல் நலக் கோளாறுகள் வரும் வாய்ப்புகள் அதிகம் என்பதைத் தெரிந்துகொள்ளுங்கள்.

மேற்கண்ட எடை அளவுக்கு ஏற்றவாறு உணவு முறையை அமைத்துக்கொள்ளுங்கள். ஏற்கெனவே குறிப்பிட்டுள்ள தைப்போல், ஒல்லியாக இருக்கும் ஒருவருக்கு சராசரியாக தினமும் 2600 கலோரி சத்து தரக்கூடிய உணவு தேவை.

நீங்கள் மிதமான எடை கொண்டவராக இருந்தால், 2200 கலோரி உணவு தேவை. உடல் பருமன் அதிகம் என்றால், 1800 கலோரி சத்து தரும் உணவுபோதுமானது.

இன்னும் சுருக்கமாகச் சொல்ல வேண்டும் என்றால், நீங்கள் வயது முதிர்ந்தவராக இருந்தால், தினமும் 1400 கலோரி கொண்ட உணவைச் சாப்பிட்டால் போதுமானது.

வாலிபராக, துடிப்பாகச் செயல்படும் இளைஞராக இருந் தால், 2500 கலோரிகள் கொண்ட சத்து போதுமானது. செயல்பாடு குறைவாக இருந்தால், 1800 கலோரியும், நடுத்தர வயதில் சாதாரணச் செயல்பாடு கொண்டவராக இருந்தால், 2100 - 2300 கலோரி சத்துகள் போதுமானதாக இருக்கும்.

இவற்றைக் கவனத்தில் வைத்துக்கொள்வது நல்லது.

கலோரி என்றால் என்ன?

தினமும் 2000 கலோரி சாப்பிட வேண்டும். பழத்தில் 10 கலோரி உள்ளது, 20 கலோரி உள்ளது என்றெல்லாம் கூறப்படுவதைக் கேள்விப்பட்டிருப்பீர்கள். எதையும் கலோரி என்ற அளவில் கூறுகிறார்களே, அப்படி என்றால் என்ன தெரியுமா?

கலோரி என்பது சக்தியை அளவிடும் ஓர் அலகு. ஒரு கிராம் நீரை ஒரு டிகிரி சென்டிகிரேடு அளவு உயர்த்துவதற்குத் தேவையான சக்திதான் கலோரி.

உங்கள் உடலில் ஒரு கிராம் மாவுப்பொருள் இருந்தால், அது 4 கலோரி சக்தியையும், ஒரு கிராம் புரதமானது 4 கலோரி சக்தியையும், ஒரு கிராம் கொழுப்பு 9 கலோரி சக்தியையும் தரும்.

கலோரி செலவாகும் விதம்

நாம் செயல்பட்டாலும், செயல்படாவிட்டாலும் நமது உடலில் சக்தி எரிக்கப்பட்டுக்கொண்டிருக்கும்; கலோரிகள் செலவாகிக்கொண்டிருக்கும்.

நீங்கள் எட்டு மணி நேரம்வரை நன்றாகத் தூங்கினால், சுமார் 400 கலோரி சத்து குறைந்திருக்கும்.

பத்து மணி நேரத்துக்கு உட்கார்ந்திருந்தாலோ அல்லது மெல்ல நடை நடந்தாலோ 550 கலோரி செலவாகும்.

ஒரு மணி நேரம் உறங்கினாலோ, உட்கார்ந்திருந்தாலோ 50 - 55 கலோரி சத்து செலவாகும். ஒரு மணி நேரம் பேசுவதால், சுமார் 80 கலோரி செலவாகும்.

நான்கு கிலோ மீட்டர் தூரம் நடந்தால் 200 கலோரியும், சைக்கிள் ஓட்டுதல், விளையாடுதல் போன்றவற்றால் மணிக்கு சுமார் 300 கலோரியும் செலவாகும்.

இதை இன்னும் விளக்கமாகச் சொல்ல வேண்டும் என்றால், உங்கள் எடையை 30-ல் பெருக்கி என்ன வருகிறதோ, அந்த அளவுள்ள கலோரியை எடுத்துக்கொள்ளுங்கள்.

நீங்கள் 50 கிலோ எடையுடன் இருந்தால், 50 x 30 = 1500 கலோரி சத்துள்ள உணவைச் சாப்பிடலாம். வயதுக்கு மீறிய

எடை இருந்தால், இயல்பான கலோரி அளவை அறிந்து சாப்பிட வேண்டும்.

நீங்கள் செலவழிக்க வசதியாக, சில உணவுகளில் உள்ள கலோரி சத்துகளைக் கொடுத்திருக்கிறேன். இவற்றை அடிப் படையாக வைத்து உங்கள் எடை மற்றும் உழைப்பு, ஆகிய வற்றுக்கு ஏற்ப உங்கள் உணவுத் திட்டத்தை வகுத்துக் கொள்ளுங்கள்.

நாம் பயன்படுத்தும் நூறு கிராம் பொருளில் உள்ள கலோரி களின் அளவைத் தெரிந்துகொள்ளுங்கள்.

அரிசி	345 கலோரி
கோதுமை	344 கலோரி
வெண்ணெய்	755 கலோரி
நெய்	900 கலோரி
சமையல் எண்ணெய்	900 கலோரி
கோழி இறைச்சி	173 கலோரி
ஆட்டு இறைச்சி	194 கலோரி
ஈரல்	104 கலோரி
மீன்	130 கலோரி
உப்புமா	230 கலோரி
சப்பாத்தி	200 கலோரி
தேன்	320 கலோரி
தயிர்	60 கலோரி
சமோசா	250 கலோரி
கிச்சடி	160 கலோரி
இட்லி	132 கலோரி
சாதா தோசை	360 கலோரி
பொங்கல்	356 கலோரி
ஊத்தப்பம்	330 கலோரி
பூரி - கிழங்கு	460 கலோரி
ஆப்பம்	226 கலோரி
உருளைக்கிழங்கு சிப்ஸ்	565 கலோரி
சாக்லேட்	520 கலோரி

மைசூர்பாக்	725 கலோரி
ரசகுல்லா	333 கலோரி
பாதாம் அல்வா	560 கலோரி
சர்க்கரை	320 கலோரி

பழங்கள் (100 கிராம்)

ஆப்பிள்	50 முதல் 65 கலோரி
திராட்சை	30 முதல் 35 கலோரி
மாம்பழம்	80 முதல் 120 கலோரி
பப்பாளி	35 கலோரி
கொய்யா	60 கலோரி
ஆரஞ்சு-சாத்துக்குடி	60 கலோரி
வாழைப்பழம்	120 கலோரி

காய்கறிகள் (100 கிராம்)

சிறுகீரை	35 கலோரி
வாழைத்தண்டு	51 கலோரி
வெங்காயம்	59 கலோரி
கத்தரிக்காய்	24 கலோரி
முருங்கைக்காய்	26 கலோரி
புடலங்காய்	18 கலோரி
எலுமிச்சை	57 கலோரி
முட்டைக்கோஸ்	27 கலோரி
காலிஃப்ளவர்	30 கலோரி
மாங்காய்	50 கலோரி
கேரட்	50 கலோரி
கிழங்கு வகைகள்	50 கலோரி

இதெல்லாம், சில உணவுப் பொருள்களில் உள்ள கலோரி சத்துகள். உணவுப் பொருள்களில் உள்ள கலோரிகளை உணவு இயல் மருத்துவ நிபுணரிடம் கேட்டு வாங்கிக் கொள்வது பயனுள்ளதாக இருக்கும்.

இந்த அடிப்படையில் எப்படி உணவு வகைகளைச் சாப்பிடுவது என்று அடுத்து பார்ப்போம்.

உணவு முறைகள்

சராசரி உடல் எடை இருப்பவர்கள் (1200 கலோரி)

காலை 6 மணிக்கு

டீ அல்லது காபி (சர்க்கரை இல்லாமல்) - ஒரு கப்.

காலை 8 மணிக்கு

இட்லி (2) அல்லது சப்பாத்தி (4) அல்லது பொங்கல் (2 கப்) அல்லது பூரி (3) அல்லது காய்கறி சாண்ட்விச் (வெள்ளரி அல்லது தக்காளித் துண்டுகள் (2), ரொட்டி (2). கொழுப்பு இல்லாத பால் (250 மில்லி), பழங்கள் (100 கிராம்). கறிவேப்பிலை, கொத்தமல்லி, புதினா, வெங்காயம், பூண்டு துவையல் சேர்த்துக்கொள்ளலாம்.

கிழங்கு வகைகளையும், தேங்காய் சேர்ப்பதையும் தவிர்க்கவும்.

காலை 11 மணிக்கு

அவித்த முட்டை (1), காபி அல்லது டீ (சர்க்கரை இல்லாமல் 1கப்), மேரி பிஸ்கட் (4), சமைத்த கீரை வகை (1 கப்), மோர் அல்லது எலுமிச்சை பழச்சாறு (1 கப்). மென்பானங்களைத் தவிர்க்க வேண்டும்.

பகல் 1 மணிக்கு

சப்பாத்தி (இரண்டு) அல்லது சாதம் (1 கப்), பீன்ஸ் அல்லது சாம்பார் சாதம் (1 கப்), தயிர் (1 கப்), பச்சைக் காய்கறிகள் (1 கப்), சாலட் (அரை பிளேட்).

பச்சையான கீரை வகைகள், முள்ளங்கி போன்றவற்றைச் சாப்பிடலாம். வாழைக்காய், கிழங்குகள், வறுத்த உணவுப் பொருள்களைத் தவிர்க்க வேண்டும்.

மாலை 4 மணிக்கு

பழச்சாறு (1 கப்).

இரவு 8 மணிக்கு

காய்கறிகள் கலந்த சூப் (1 கப்), சப்பாத்தி (2), சோயா பீன்ஸ் (1 கப்), முட்டைக்கோஸ் அல்லது வெண் பூசணி (1 கப்), பச்சை பீன்ஸ் சாலட் (1 கப்).

வயிறு முட்டச் சாப்பிட வேண்டாம்.

1500 கலோரி தேவைப்படுபவர்கள்

காலை 6 மணிக்கு

டீ அல்லது காபி (சர்க்கரை இல்லாமல்) - ஒரு கப்.

காலை 8 மணிக்கு

ரொட்டி (2), வேகவைத்த முட்டை (1) அல்லது பால் (200 மில்லி), பழம் (1), காபி அல்லது டீ (1 கப்).

காலை 11 மணிக்கு

ஏதாவது ஒரு பழம். அதிக சர்க்கரைச் சத்து இல்லாத பழமாக இருப்பது நல்லது.

பகல் 1 மணிக்கு

சப்பாத்தி (2) அல்லது சாதம் (1 கப்), பருப்பு (1 கப்), பச்சைக் காய்கறிகள் (1 கப்), தயிர் (அரை கப்), தக்காளி அல்லது வெள்ளரி (1 கப்).

மாலை 4 மணிக்கு

டீ அல்லது காபி (1 கப்), உப்புமா (3/4 கப்).

இரவு 8 மணிக்கு

சப்பாத்தி (2), பச்சைப் பயறு (1 கப்), மீன் அல்லது கோழி இறைச்சி (2 துண்டுகள்), பச்சைக் காய்கறிகள் (1 கப்), தக்காளி அல்லது வெள்ளரி சாலட் (1 கப்).

இரவு 11 மணிக்கு

பால் (1 கப்).

1800 கலோரி தேவைப்படுபவர்கள்

காலை 6 மணிக்கு

டீ அல்லது காபி (சர்க்கரை இல்லாமல்) - ஒரு கப்.

காலை 8 மணிக்கு

ரொட்டி (2), இட்லி (3) அல்லது பூரி (2) அல்லது சப்பாத்தி 93). பொங்கல் அல்லது உப்புமா (2 கப்).

காலை 11 மணிக்கு

மேரி பிஸ்கட் (4), வெள்ளரிக்காய், தக்காளி மற்றும் வெங்காய சாலட் அல்லது கீரை அல்லது காய்கறிகள் சமைத்தது. சர்க்கரை இல்லாத பால், எலுமிச்சை சாறு (1 கப்).

பகல் 1 மணிக்கு

சப்பாத்தி (2) அல்லது சாதம் (1 கப்), பருப்பு (1 கப்), பச்சைக் காய்கறிகள் (1 கப்), தயிர் (1/2 கப்), தக்காளி அல்லது வெள்ளரி (1 கப்), ரசம் சாதம் (1 கப்).

மாலை 4 மணிக்கு

சுண்டல் (1 கப்), பயறு அல்லது பட்டாணி (50 கிராம்), காபி அல்லது டீ (சர்க்கரை சேர்க்காமல்).

இரவு 8 மணிக்கு

சப்பாத்தி (2), பச்சைப் பயறு (1 கப்), மீன் அல்லது கோழி இறைச்சி (2 துண்டு), பச்சைக் காய்கறிகள் (1 கப்), தக்காளி அல்லது வெள்ளரி சாலடு (1 கப்).

இரவு 11 மணிக்கு

பால் (1 கப்).

2200 கலோரி தேவைப்படுபவர்கள்

காலை 6 மணிக்கு

டீ அல்லது காபி (சர்க்கரை இல்லாமல்) - ஒரு கப்.

காலை 8 மணிக்கு

இட்லி (4) அல்லது பொங்கல் (3 கப்) அல்லது பூரி (3) அல்லது சப்பாத்தி (4). புதினா மற்றும் கறிவேப்பிலை துவையல் நல்லது.

காலை 11 மணிக்கு

பழம் (1), வெள்ளரிப் பிஞ்சு-தக்காளி சாலட், சமைத்த கீரை அல்லது காய்கறி வகைகள் சாப்பிடலாம்.

பகல் 1 மணிக்கு

சாதம் (1 கப்), பருப்பு (1 கப்), சமைத்த அல்லது பச்சைக் காய்கறிகள் (1 கப்), தயிர் (1/2 கப்), தக்காளி அல்லது வெள்ளரிக்காய் (1 கப்), ரசம் சாதம் (1 கப்).

மாலை 4 மணிக்கு

சுண்டல் வகை (50 கிராம்), மேரி பிஸ்கட் (4), காபி அல்லது டீ (சர்க்கரை சேர்க்காமல்).

இரவு 8 மணிக்கு

சப்பாத்தி (3) அல்லது கேழ்வரகு அடை (3), பச்சைப் பயறு (1 கப்), மீன் அல்லது கோழி இறைச்சி (2 துண்டுகள்), பச்சைக் காய்கறிகள் (1 கப்), தக்காளி அல்லது வெள்ளரித் துண்டுகள் (1 கப்).

இரவு 11 மணிக்கு

தூங்குவதற்கு முன், பால் (1 கப்).

2600 கலோரி தேவைப்படுபவர்கள்

காலை 6 மணிக்கு

டீ அல்லது காபி (சர்க்கரை இல்லாமல்) - ஒரு கப்.

காலை 8 மணிக்கு

இட்லி (5) அல்லது பொங்கல் (4 கப்) அல்லது பூரி (4) அல்லது சப்பாத்தி (5). துவையல்களைச் சேர்த்துக்கொள்ளலாம்.

காலை 11 மணிக்கு

பழம் (1). வெள்ளரிப் பிஞ்சு-தக்காளி சாலட், சமைத்த கீரை அல்லது காய்கறி வகைகள் சாப்பிடலாம். போதுமான அளவு சாப்பிட வேண்டும்.

பகல் 1 மணிக்கு

சாதம் (1 கப்), பருப்பு (1 கப்), சமைத்த அல்லது பச்சைக் காய்கறிகள் (1 கப்), தயிர் (1/2 கப்), தக்காளி அல்லது வெள்ளரிக்காய் (1 கப்), ரசம் சாதம் (1 கப்).

மாலை 4 மணிக்கு

சுண்டல் வகை (50 கிராம்), மேரி பிஸ்கட் (4), காபி அல்லது டீ (சர்க்கரை சேர்க்காமல்).

இரவு 8 மணிக்கு

சப்பாத்தி (4) அல்லது கேழ்வரகு அடை (4), பச்சைப் பயறு (1 கப்), மீன் அல்லது கோழி இறைச்சி (2 துண்டுகள்), பச்சைக் காய்கறிகள் (1 கப்), தக்காளி அல்லது வெள்ளரித் துண்டுகள் (1 கப்), பால் (சர்க்கரை சேர்க்காமல்) - 1 கப்.

இரவு 11 மணிக்கு

பால் (1 கப்).

எல்லோராலும் இதுபோல் கணக்கிட்டுச் சாப்பிட முடியுமா என்றால், முடியாது என்பதுதான் உண்மை. அப்படியானால் அவர்கள் என்ன செய்ய வேண்டும்?

ஒரு சப்பாத்தி -

அரை கப் சாதத்துக்குச் சமம்.

ஒன்னரை துண்டு ரொட்டிக்குச் சமம் அல்லது

முக்கால் கப் முழு தானியங்களுக்கு சமம்.

ஒரு உருளைக்கிழங்குக்குச் சமம்.

ஒரு ஆப்பிள் -

இரண்டு பிளம் பழங்களுக்குச் சமம்.

ஒரு பியர் பழத்துக்குச் சமம்.

இரண்டு ஆரஞ்சுகளுக்குச் சமம்.

ஒரு கொய்யாப்பழத்துக்குச் சமம்.

கால் அளவு பப்பாளிக்குச் சமம்.

அரை கப் பழச்சாற்றுக்குச் சமம்.

ஒரு கப் கொழுப்பு நீக்கிய பால் -

ஒரு கப் கொழுப்பு நீக்கிய தயிருக்குச் சமம்.

ஒரு முட்டை -

இருநூறு கிராம் பாலுக்குச் சமம்.

நூறு கிராம் மீனுக்குச் சமம்.

85 கிராம் தோல் நீக்கிய கோழி இறைச்சிக்குச் சமம்.

65 கிராம் ஈரலுக்குச் சமம்.

அரை கப் வேகவைத்த பீன்ஸுக்கு சமம்.

இப்படி, ஒவ்வொரு பொருளுக்கும் சரியான மாற்றுப் பொருளைத் தேர்ந்தெடுத்துச் சாப்பிட வேண்டும். இவ்வாறு சாப்பிட்டால், சர்க்கரை நோயைக் கட்டுப்படுத்திக் கொள்ளலாம்.

சர்க்கரை நோய் உள்ளவர்கள், வெந்தயத்தை தினமும் 50 கிராம் வரை சாப்பிட்டால் நல்லது என்று, சமீபத்தில் ஆராய்ச்சியில் கண்டறியப்பட்டுள்ளது. இதுதவிர, கருஞ்சீரக எண்ணெய்யும் பயன்படுத்தலாம்.

உணவு எப்படி சர்க்கரையைக் கட்டுப்படுத்துகிறது?

சர்க்கரை நோய் உள்ளவர்கள், சாப்பிட்டு ஒரு மணி நேரம் கழிந்த பிறகு, சிறுநீரில் சர்க்கரைப் பரிசோதனை செய்து பார்த்தால், சர்க்கரை கட்டுப்பட்டிருக்கிறதா இல்லையா என்பது தெரியவரும்.

சிறுநீரில் சர்க்கரை இருந்தால், உணவின் மூலம் கட்டுப்பட வில்லை என்பதையும், சர்க்கரை இல்லாவிட்டால், சர்க்கரை கட்டுப்படுத்தப்பட்டிருப்பதையும் அறியலாம்.

உடலில் இருக்கும் இன்சுலின் அளவுக்கு ஏற்ப உணவு சாப்பிட வேண்டும்.

அதிகமாகச் சாப்பிட்டால், சிறுநீர் வழியாக சர்க்கரைச் சத்து வெளியேறும். தவிர, சாப்பிட்ட பொருள்களில் இருந்து சர்க்கரைச் சத்து முழுவதும் வெளியேற்றப்பட்டுவிட்டால் நோயாளிக்குத் தாகமும், அதிகப் பசியும், சோர்வும் ஏற் படும். நாளடைவில் எடை குறைந்து மெலிந்துபோவார்கள்.

அரிசிச் சாதத்தையும், கிழங்கு வகைகளையும் சாப்பிட்டு விட்டுப் பரிசோதனை செய்தால், சிறுநீரில் சர்க்கரை இருக்கும். காரணம், இவை நேரடியாக ரத்தத்தில் கலந்துவிடு பவை. நார்ச்சத்துப் பொருள்களை அதிகம் சாப்பிட்டு, சிறிதளவு அரிசிச் சாதம் சாப்பிடலாம்.

குறிப்பாக, உடல் பருமனாக இருப்பவர்கள் மட்டுமே உணவு முறை மூலம் சர்க்கரையைக் கட்டுப்படுத்த முயற்சிக்க வேண்டும். முதியோர் அல்லது இளைஞர்கள் மற்றும் ஒல்லி யாக இருப்பவர்களுக்கு, உணவுத் திட்டம் முழுமையான அளவு பலன் அளிக்காது என்பதையும் கவனத்தில் கொள்ள வேண்டும்.

உணவு முறையை மேற்கொள்வதற்கு முன், மருத்துவரின் ஆலோசனையைக் கண்டிப்பாக மேற்கொள்ள வேண்டும்.

சர்க்கரை நோயாளிகளின் முக்கியக் கவனத்துக்கு...

ஒவ்வொரு நாளும், நமக்கு தேவையான கலோரிகளை கணக்கிட்டு அதை இனிப்புப் பொருளில் இருந்தோ அல்லது பழங்களில் இருந்தோ மொத்தமாகப் பெற்றுக்கொண்டால் என்ன என்று சிலர் நினைக்கலாம். அது தவறானது.

எளிதில் ரத்தத்தில் கலக்கும் சர்க்கரைப் பொருள் முழுவதை யும் எரிப்பதற்குக் கூடுதலாக இன்சுலின் தேவைப்படும். சர்க்கரை நோயாளிகளின் உடலில் இன்சுலின் போதுமான அளவு சுரந்திருக்காததால், சக்தியை உடனடியாக எரிக்க

முடியாது. இதனால், உடலில் சர்க்கரையின் அளவு அதிகரித்துவிடும்.

ஆகவேதான், மெல்ல மெல்ல உடலில் சர்க்கரைச் சத்து இருப்பதற்காக, அவ்வப்போது குறைவான உணவு வகைகளைச் சாப்பிட வேண்டும் என்றும், மெதுவாக ஜீரணம் ஆகும் பொருள்களைச் சாப்பிட வேண்டும் என்றும் மருத்துவர்கள் வலியுறுத்துகிறார்கள்.

என்னதான் மாத்திரையைப் போட்டு கணையத்தைத் தூண்ட முற்பட்டாலும், கணையத்தை ஓரளவுக்குத்தான் தூண்டி இன்சுலினை சுரக்கவைக்க இயலும். கூடுதலாக சர்க்கரைப் பொருள்களைச் சாப்பிட்டுவிட்டு, கூடவே மாத்திரைகளைப் போட்டாலும், இன்சுலின் சுரப்பது தாமதமாகி, சர்க்கரையால் வரும் பாதிப்புகள் அதிகமாகும்.

உணவு விஷயத்தில் சரியாக நடந்துகொண்டாலே, சர்க்கரை நோயை முற்றிலுமாகக் கட்டுப்பாட்டில் வைத்துக் கொள்ளலாம்.

ரத்த நாளங்கள், ரத்தத்தை கடத்துகின்றன.
நரம்புகள் எதற்கு?

ரத்த நாளங்கள் மூலமாக உடலுக்குத் தேவையான சத்துப் பொருள்கள் கடத்தப்படுகின்றன. நரம்புகள் மூலமாக சக்தி கடத்தப்படுகிறது. நமது உடல் முழுவதும், வலைப் பின்னல் போல் நரம்புகள் பிணைக்கப்பட்டுள்ளன. இதனால்தான் நம்மால் செயல்பட முடிகிறது. நரம்புகளின் திறன் குறைந்தால் சக்தி குறைவு ஏற்படும்.

4

சர்க்கரை நோயைக் கட்டுப்படுத்த உடற்பயிற்சியும், யோகாசனமும்

உலக அளவில், சர்க்கரை நோயைக் கட்டுப் பாட்டுக்குள் வைத்துக்கொள்ளும் சிறந்த நிவாரணி யாக உடற்பயிற்சி ஏற்றுக்கொள்ளப்பட்டிருக்கிறது. உடற்பயிற்சியின்போது உடலில் உள்ள சர்க்கரைச் சத்து அனைத்தும் இன்சுலின் உதவியால் எரிக்கப் பட்டுவிடுகிறது. இதனால், சர்க்கரை அளவு கட்டுப் பாட்டில் இருக்கும்.

சர்க்கரை நோயைக் கட்டுப்படுத்துவதற்கான உடற் பயிற்சி, இன்று நேற்றல்ல, பண்டைக்காலத்தில் இருந்தே நடைமுறையில் இருந்து வருகிறது. சுஸ்ருதர் எழுதிய 'சுஸ்ருதா சம்ஹிதா' என்ற நூலில், சர்க்கரை நோயாளி, தினமும் நான்கு மைல் தூரம் நடக்க வேண்டும் என்று குறிப்பிடப்பட்டுள்ளது. தற்போதைய ஆராய்ச்சிகளும், சர்க்கரை நோயைக் கட்டுப்படுத்துவதில் உடற்பயிற்சி மிக முக்கியப் பங்கு வகிப்பதை நிரூபித்துள்ளன.

ஏற்கெனவே சர்க்கரை நோயால் பாதிக்கப்பட்டவர் களுக்கு உடற்பயிற்சியின் அருமையைப் பற்றி நன்றாகத் தெரியும். புதிதாகப் பாதிக்கப்பட்டிருப்ப வர்களுக்கு, உடற்பயிற்சி ஒரு சுமையாகத் தோன்றும். உடற்பயிற்சி என்பது சர்க்கரையைக் கட்டுப்படுத்துவதற்கு மட்டுமின்றி, எல்லா வகை யிலும் உடலுக்கு நன்மையை ஏற்படுத்தக்கூடியது என்பதை அனைவரும் அறிந்துகொள்ள வேண்டும்.

உடற்பயிற்சி செய்வதால் ஏற்படும் நன்மைகள்

தொடர்ந்து உடற்பயிற்சி செய்வதால் ஏற்படும் பல்வேறு நன்மைகள் சிலவற்றைப் பார்ப்போம்.

★ இயல்பான ரத்தச் சர்க்கரை அளவைப் பெறுதல்

சிறிய அளவிலோ அல்லது பெரிய அளவிலோ உடற்பயிற்சி செய்வதற்கான ஒவ்வொரு படிநிலையிலும், நமது உடலுக்கு சக்தி தேவைப்படுகிறது. அதாவது, உடலானது சர்க்கரையை அதிகமாகப் பயன்படுத்துகிறது. அதனால், இயல்பாக ரத்தச் சர்க்கரை அளவு குறையும். தவிர, இன்சுலின் செயல்படுவதும் துரிதமாக நடைபெறும்.

★ எடை குறைதல்

உடற்பயிற்சி செய்துகொண்டிருப்பதை வழக்கமாக வைத்திருந்தால், கிராம் கணக்கில் கலோரிகள் செலவாகி உடலின் செயல் திறன் அதிகரிக்கும். உடல் பருமன் குறைந்து, இன்சுலினை உடல் பயன்படுத்தும் முறையிலும் மாற்றம் உண்டாகும். எடை குறைவதால் ரத்தச் சர்க்கரை அளவு ஆரோக்கியமாக மாறும்.

★ மாரடைப்பு அபாயம் குறைதல்

தொடர்ந்து உடற்பயிற்சி செய்யும்போது, ரத்தத்தை இதயம் வெளியேற்றும் நிகழ்வில் ஒரு சீரான வேகம் இருக்கும். இதனால், ரத்த அழுத்தம் குறைந்து இதய ரத்த ஓட்டம் சீராகும். உடலில் உள்ள எல்.டி.எல். கொழுப்பு மற்றும் டிரைகிளிசரைடு போன்று உடல் பருமனை ஏற்படுத்தும் கொழுப்புப் பொருள்கள் குறைந்து, உடலுக்கும் உடல் நலனுக்கும் நன்மை செய்யும் எச்.டி.எல். கொழுப்பு அதிகமாகும். இதனால், ரத்த நாளங்களில் கொழுப்பு படிவது தடுக்கப்படும்.

★ உடல் தகுதி உண்டாதல்

உடலுக்கும் மனத்துக்கும் உற்சாகம் தரும் டானிக் போன்றது உடற்பயிற்சி. ஆளுமைத்தன்மையை அதிகரிப்பதோடு, ஆக்கப்பூர்வமான செயல்களைத் திறம்படச் செய்வதற்கான உற்சாகத்தையும் உடற்பயிற்சி தருகிறது.

35 வயதுக்கு மேல் தலைதூக்கும் எலும்பு மெலிவு பிரச்னைகளைப் போக்குகிறது. தசைகளின் நெகிழ்ந்து கொடுக்கும் தன்மையை வளர்க்கிறது.

தொடர்ந்து உடற்பயிற்சி செய்பவர்கள், களைப்படைவது மிகவும் குறைவு. மன இறுக்கம், சோர்வு குறைய உடற்பயிற்சி அவசியம். உடற்பயிற்சியால் தன்னம்பிக்கை அதிகரிக்கும். ஆகவே, உடற்பயிற்சிதானே என்று நினைக்காமல், உடனே உடற்பயிற்சியை ஆரம்பித்துவிடுங்கள்.

எது போன்ற உடற்பயிற்சி நல்லது?

உடற்பயிற்சியை இரண்டு விதமாகப் பிரிக்கிறார்கள்.

1. ஏரோபிக் உடற்பயிற்சிகள்
2. சாதாரண உடற்பயிற்சிகள்

ஏரோபிக் என்றால் ஆக்சிஜனோடு செய்யக்கூடியவை என்று பொருள். அதாவது, ஏரோபிக் பயிற்சிகளைச் செய்யும்போது அதிகப்படியான ஆக்சிஜன் தேவைப்படும். காரணம், மூச்சு வாங்கும், இதயம் படபடப்பாக துடிக்க ஆரம்பித்துவிடும். தசைகளுக்கு ஆக்சிஜன் அனுப்பவேண்டிய அவசியம் அதிகரிக்கும்.

நடத்தல், மெல்லோட்டம், கை கால்களை உயரத் தூக்கி ஆடுதல், சைக்கிள் ஓட்டுதல், நீந்துதல், பனிச்சறுக்கு, கோல்ப் ஆடுதல், பூப்பந்து, டென்னிஸ் போன்றவையெல்லாம் ஏரோபிக் உடற்பயிற்சிப் பிரிவில்தான் அடங்கும்.

சாதாரண உடற்பயிற்சிகள் என்பவை, கை கால்களை அதிகமாக உயர்த்தாமல் செய்யக்கூடிய பயிற்சிகள் ஆகும். எடை தூக்குதல் போன்றவற்றை இதற்கு உதாரணமாகச் சொல்லலாம். இந்த வகை உடற்பயிற்சிகளை மேற்கொள்ளும்போது, லாக்டிக் அமிலத் தேக்கம் ஏற்படும். ஆக்சிஜன் பற்றாக்குறை இருப்பதால், தசைகள் போதுமான அளவு வலுப் பெற்றிருக்காது.

உடற்பயிற்சியை எவ்வாறு ஆரம்பிப்பது?

உடற்பயிற்சியை ஆரம்பிப்பதற்கு முன், மருத்துவரைக் கலந்தாலோசித்து, எப்படிப்பட்ட உடற்பயிற்சியை

மேற்கொள்ளலாம், நமது உடல் தாங்கும் அளவுக்கான பயிற்சி முறைகள் என்னென்ன, உடற்பயிற்சி செய்வதற்கான தகுதிகள் என்னென்ன என்பதைப் பற்றியெல்லாம் தெரிந்து கொள்ள வேண்டும். 40 வயதுக்கு மேலாகிவிட்டால், உடற் பயிற்சியின் மீது கண்டிப்பாக ஆர்வம் காட்டவேண்டும்.

உடற்பயிற்சி செய்வதற்குப் பல்வேறு வழிகள் உள்ளன. சிலவகை யோகாசனங்கள் உள்ளன. ஆனால், சர்க்கரை நோயின் சில குறிப்பிட்ட நிலைகளில், உதாரணத்துக்கு சர்க்கரை நோயால் மாரடைப்பு போன்ற சிக்கல்கள் உள்ள நிலையில், யாரும் கடினமான ஆசனங்களை மேற்கொள்ளக் கூடாது. அதிக ரத்த அழுத்தம் இருப்பவர்கள், சர்வாங்கா சனம் செய்யக் கூடாது.

சுலப நடை

உடற்பயிற்சிகளில் மிகச் சுலபமானது, எல்லோருக்கும் ஏற்றது, நடத்தல். இதற்குச் சிறப்புப் பயிற்சிகள் எதுவும் தேவையில்லை. சுத்தமான காலுறை மற்றும் காலணி இருந்தால் போதுமானது.

தினமும் சுமார் 30 நிமிடங்கள் நடந்தாலே இன்சுலின் கட்டுப் பாட்டுக்குள் வந்துவிடும். ரத்தச் சர்க்கரை அளவு கட்டுப் பாட்டில் இருக்கும் என்கின்றன ஆய்வுகள்.

நீண்ட காலமாக சர்க்கரை நோய் இருந்து, அதனால் கால்கள் மரத்துப்போகும் நிலை உள்ளவர்கள், நீண்ட தூரம் நடக்கக் கூடாது.

அடுத்தடுத்து பயிற்சிக்காக நடப்பதால், கால்கள் மேலும் மரத்துப்போகவும், கால்களில் புண்கள் ஏற்படவும் வாய்ப்புகள் உள்ளன.

புண் ஏற்பட்டவர்கள் குதிப்பது, மெல்லோட்டம், இறுக்க மான சாக்ஸ் அல்லது ஷூ அணிந்து ஓடுதல் போன்றவற்றில் ஈடுபட்டால், பாதிப்புகள் தீவிரமாகலாம்.

ஆகவே, நீச்சல், கை கால்களை அசைத்துச் செய்யும் ஏரோபிக் பயிற்சிகள், சைக்கிள் ஓட்டுதல் போன்று, கால்களுக்கு அதிக பளு தராத பயிற்சிகளில் ஈடுபடலாம்.

ஒவ்வொரு முறை பயிற்சியை ஆரம்பிக்கும் முன்பும் வார்ம்-அப் பயிற்சி எனப்படும் உடல் தளர்வுப் பயிற்சியைச் செய்ய வேண்டும். அதன்பிறகே பயிற்சியில் ஈடுபட வேண்டும்.

ஏரோபிக் பயிற்சி அல்லது வேறு எந்தப் பயிற்சிகளில் ஈடுபட்டாலும், ஐந்து முதல் பத்து நிமிடத்துக்கு வார்ம்-அப் பயிற்சிகள் அவசியம். இதனால் இதயம், நுரையீரல்கள் மற்றும் தசைகள் ஆகியவை பயிற்சிக்குத் தயாராகும்.

ஆரம்பத்தில், குறைந்த தூரம் மட்டுமே நடத்தல், ஓடுதல் போன்றவற்றில் ஈடுபட்டு, இதயம் அதிகமாகப் படபடக் காதபடி பார்த்துக்கொள்ள வேண்டும். உடற்பயிற்சியை முடிக்கும்போதே, இதயம் வேகமாகத் துடிப்பதும் கட்டுப் பட வேண்டும், தசைகள் இறுக்கமாவதையும் தவிர்த்துக் கொள்ள வேண்டும்.

கை கால்களை நீட்டும் பயிற்சிகள்

கை கால்களை நீட்டி மடக்கும் பயிற்சிகள், உடல் ஆரோக் கியத்துக்கு மிகவும் ஏற்றவை. இவை மூட்டுகளையும், தசைகளையும், தசைநார்களையும் நீட்டவும், மடக்கவும் ஏற்ற திறனை அதிகப்படுத்துவதோடு, மூட்டுகளில் வலி மற்றும் காயங்கள் ஏற்படுவதையும் தடுக்கின்றன.

நீட்டி மடக்கும் சில உடற்பயிற்சி முறைகளைத் தெரிந்து கொள்வோம்.

★ கெண்டைக்கால் தசைகளை நீட்டி மடக்குதல்

கையை நீட்டித் தொடும் தூரத்தில் ஒரு சுவரின் முன்னால் நின்றுகாள்ளுங்கள். ஒரு காலை முன்னால் வைத்து சுவரை நோக்கி உங்கள் உடலைச் சாயுங்கள்.

இவ்வாறு செய்யும்போது, ஒரு காலின் முட்டி தானாகவே முன்னோக்கி வளையும். இன்னொரு முட்டி நேராக இருக்கும். முதுகை நேராக வைத்துக்கொண்டு, சுவர் உள்ள பக்கமாக இடுப்பை முன்னோக்கி சாயுங்கள். இந்த நிலையில் 30 விநாடிகள் இருந்துவிட்டு மீண்டும் இயல்பு நிலைக்குத் திரும்புங்கள்.

இவ்வாறு, இன்னொரு காலை மாற்றிச் செய்யுங்கள். தினமும் இந்தப் பயிற்சியை ஐந்து அல்லது பத்து முறை செய்தாலே போதும்.

★ கீழ் முதுகு இழுப்பது போன்ற பயிற்சி

ஒரு நாற்காலி அல்லது மேசையின் மீது படுத்துக்கொண்டு, உங்கள் இடுப்பு மற்றும் முழங்கால்களை மடக்கி மேலே உயர்த்துங்கள்.

ஒரு முட்டியை இரண்டு கைகளாலும் பிடித்து உங்கள் தோள் பட்டையை நோக்கிப் பின்னுக்கு இழுங்கள். இவ்வாறு இழுத்த நிலையில் 30 நிமிடங்கள் இருங்கள். பிறகு உடலைத் தளர்த்துங்கள். மறுமுறை வேறு காலை மாற்றிக்கொள்ளுங் கள். ஐந்து முதல் பத்து முறைவரை இந்தப் பயிற்சியைச் செய்யுங்கள்.

★ மார்பை இழுப்பது போன்ற பயிற்சி

கைகள் இரண்டையும் கோர்த்தவாறு பிடறியில் வைத்துக் கொள்ளவும். வேகமாக மூச்சை இழுத்து விட்டபடி முழங் கைகளை அப்படியே மேலுக்கு உயர்த்த வேண்டும்.

இதே நிலையில் 30 நிமிடங்கள் தொடர்ந்து இருக்க வேண்டும். பிறகு இயல்பு நிலைக்குத் திரும்ப வேண்டும். இந்தப் பயிற்சியை ஐந்து முதல் பத்து முறை மேற் கொள்ளவும்.

உடற்பயிற்சியின்போது கவனிக்கவேண்டியவை

உடற்பயிற்சியில் ஈடுபட விரும்புவோர் பின்வரும் விஷயங் களைக் கவனத்தில் கொள்ள வேண்டும்.

★ மருத்துவர் ஆலோசனை

உடற்பயிற்சி செய்பவர்கள் அல்லது விளையாட்டில் ஈடுபடு வோர் மிகவும் பலவீனமாகவோ, நோயாளியாகவோ இருந் தால் அவர்களின் உயிருக்கு ஆபத்து வரக்கூடும். ஆஸ்துமா போன்ற நோய்கள் அல்லது வேறுவித துணை நோய்கள் இருந்தால் அவற்றின் தீவிரம் அதிகரிக்கக்கூடும்.

சில உடற்பயிற்சிகள்

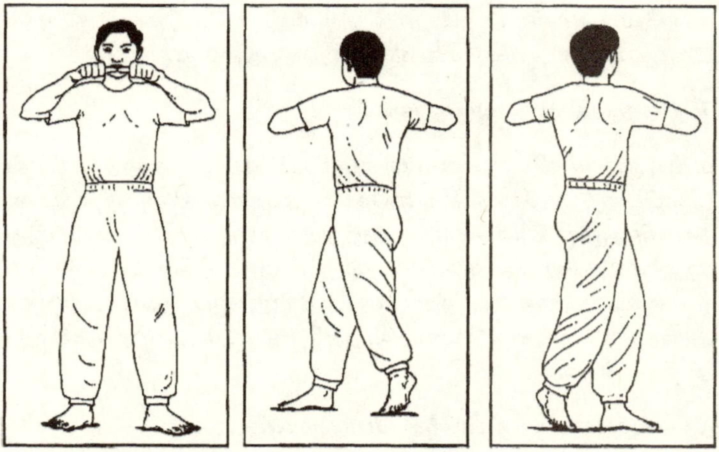

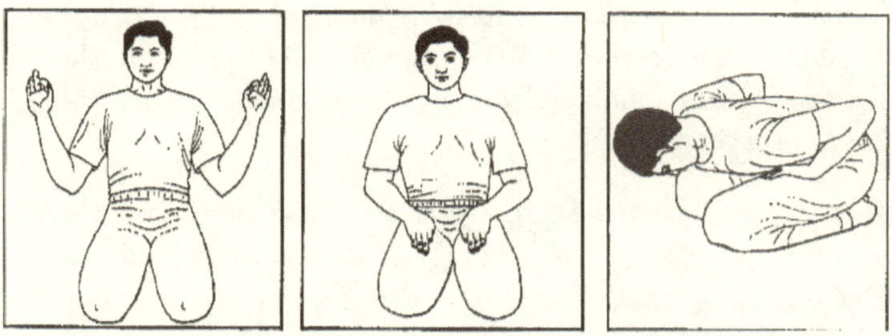

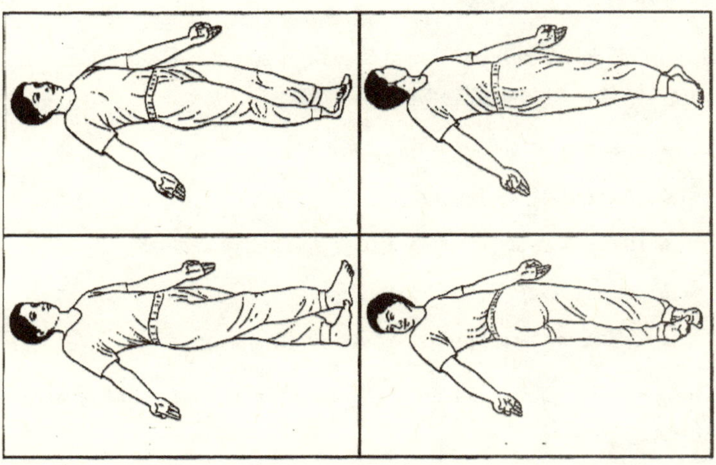

எனவே, அவர்கள் உடற்பயிற்சியில் ஈடுபடுவதற்கு முன் மருத்துவரின் ஆலோசனை பெறுவது நல்லது.

★ **நிறைய திரவம் அருந்துங்கள்**

உங்களுக்கு வியர்வை அதிகமாகும்போது, நிறைய திரவ இழப்பு ஏற்படக்கூடும். எனவே, அதிகமான நீர் அருந்துங்கள். நீங்கள் அஜாக்கிரதையாக இருந்து நீரிழப்பு ஏற்பட்டால், இது ரத்தச் சர்க்கரை அளவைப் பாதிக்கும். இதயத்தின் செயல்பாடு தலைகீழாக மாறும். தண்ணீர்தான் நீரிழப்பை ஈடுகட்ட சிறந்த திரவம். உடற்பயிற்சிக்கு முன்னும் பின்னும் நிறைய தண்ணீர் அருந்துங்கள்.

எவ்வளவு உடற்பயிற்சி போதுமானது?

பயிற்சிக்கு முன்பு வார்ம்-அப் பயிற்சி அவசியம். ஏரோபிக் பயிற்சி செய்வதாக இருந்தால், தினமும் 30 நிமிடத்துக்கு இந்தப் பயிற்சிகளில் ஈடுபட முயற்சி செய்யுங்கள். நீண்ட நேரம் செய்ய இயலாவிட்டால், மெதுவாக ஆரம்பித்துச் செய்யுங்கள்.

தினமும் ஒரு நாளைக்கு பத்து நிமிடங்கள் செய்தால் போது மானது. ஒவ்வொரு வாரமும் இந்த நேரத்தை அதிகப்படுத்தி தினமும் அரை மணி நேரம் முதல் முக்கால் மணி நேரம் வரை உடற்பயிற்சி மேற்கொள்ளுங்கள்.

சில எச்சரிக்கைகள்

உடற்பயிற்சி செய்யும்போது சில அறிகுறிகள் தென்பட்டால், அஜாக்கிரதையாக இருக்கக் கூடாது.

★ களைப்பு அல்லது மயக்கம்

★ மார்பகத்தில் இறுக்கம்

★ மார்பக வலி, கை அல்லது தாடையில் வலி

★ படபடப்பு

★ எதிர்பாராதவிதமாக மூச்சு வாங்குதல்

மேற்கண்ட அறிகுறிகள் இருந்தால், உடனே மருத்துவரை அணுகுங்கள்.

மருத்துவர் பரிசோதித்து விவரங்கள் சொல்லும்வரை, உடற்பயிற்சிகளைத் தாற்காலிகமாக நிறுத்திவையுங்கள்.

சர்க்கரை நோய் உள்ளவர்கள் எவ்வளவு தூரம் நடை பயிற்சி மேற்கொள்ள வேண்டும்?

பொதுவாக, சர்க்கரை நோய் வந்தவர்கள் அதிக தூரம் நடப்பதில்லை. இதன் காரணமாக, நோயின் பாதிப்பு அதிகரிப்பதோடு, உடலில் இன்சுலின் சுரப்பதும் தடைப்பட்டுவிடுகிறது. இதைத் தவிர்க்க, உடற்பயிற்சியோடு, நடப்பதற்கும் தயாராக வேண்டும்.

தினமும் காலையில் 5 கிலோமீட்டர் தூரம் நடப்பது நல்லது. மெல்லோட்டமாகவோ, துரித ஓட்டமாகவோ ஓடுவது, நீச்சல் அடிப்பது, துரித நடை போன்றவை அவசியமானவை.

நடப்பதற்கு முன் எதையும் சாப்பிடக் கூடாது என்று பெரும்பாலானவர்கள் நினைக்கிறார்கள். இது தவறு. பொதுவாக, வெறும் வயிற்றில் நடப்பது நல்லதல்ல. ஏதேனும் சாப்பிட்டுவிட்டு நடப்பதுதான் நல்லது. இவ்வாறு நடப்பதால், வயிற்றில் உள்ள இன்சுலின் சுரப்பி நன்றாக வேலை செய்யும். கெட்ட கொழுப்புகள் நீங்கி நல்ல கொழுப்பு உடலில் சேரும்.

உடற்பயிற்சி மேற்கொள்வோருக்கு சில விதிகள்

1. முறை தவறாமல் பயிற்சி செய்ய வேண்டும்.
2. அளவைக் கணக்கிட்டு செய்ய வேண்டும்.
3. நிதானமாகச் செய்ய வேண்டும்.
4. உடலில் எந்தப் பகுதிக்கு பயிற்சி அளிக்கிறோம் என்பதை அறிந்து செய்யவேண்டும்.
5. ஒரு நாள் மட்டும் தீவிரமாக உடற்பயிற்சி செய்துவிட்டு, பிறகு பல நாள்கள் வரை ஓய்வு எடுப்பது தவறு.
6. எந்த வகை உடற்பயிற்சி செய்வதாக இருந்தாலும், ஒரு பயிற்சியாளரை வைத்துக்கொள்வது நல்லது.
7. பயிற்சியைத் தொடங்கும்போது, வயிறு முழுவதும் காலியாகவோ அல்லது முழு அளவில் நிரம்பியோ இருக்கக் கூடாது.

8. இறுக்கமான உடைகள் அணிந்து உடற்பயிற்சியில் ஈடு படக் கூடாது. தளர்த்தியான ஆடைகளை அணிய வேண்டும்.

9. பயிற்சியின்போது இடையே அதிக அளவு தண்ணீர் குடிப்பது, சிற்றுண்டி சாப்பிடுவதைத் தவிர்க்க வேண்டும்.

10. உடல் நலம் குன்றிய காலங்களிலும், மாதவிலக்குக் காலங்களிலும் உடற்பயிற்சியைத் தவிர்ப்பது நல்லது.

11. இரவில் கண் விழிக்கக் கூடாது. நன்றாகத் தூங்க வேண்டும்.

12. பயிற்சிக்குப் பிறகு கை கால்களில் வலி எடுக்கலாம். இது 10 - 12 நாள்களில் சரியாகிவிடும்.

13. ஆரம்ப நாள்களிலேயே அதிகப் பயிற்சிகளை செய்யாமல், சிறிது சிறிதாக அதிகரிக்க வேண்டும்.

14. பயிற்சியின்போது வாயால் மூச்சுவிடாமல் மூக்கால் சுவாசித்துப் பழக வேண்டும்.

15. சர்க்கரைச் சத்து குறைவான அளவிலோ அல்லது இன்சுலின் போட்டுக்கொண்ட உடனேயோ உடற்பயிற்சி யில் ஈடுபடுவதைத் தவிர்க்கவும்.

16. உடலைச் சுறுசுறுப்பாக, திடகாத்திரமாக வைத்துக் கொள்ளப் பழகினால், நம் பக்கம் சர்க்கரை நோய் தலைகாட்டாமல் உடலுக்குள்ளேயே முடங்கிக் கிடக்கும் என்பதை அறிந்து செயல்பட வேண்டும்.

5

இன்சுலின் சிகிச்சை முறைகள்

சர்க்கரை நோயைக் கட்டுப்படுத்தும் முறைகளில் மருந்து, மாத்திரைகள் முக்கியமானவை.

சர்க்கரை நோயாளிகள், உணவு மற்றும் உடற் பயிற்சியால் மட்டுமே நோயைக் கட்டுப்படுத்திக் கொள்ள இயலாத நிலை ஏற்படும்போது அவர் களுக்கு வேறு வகையான சிகிச்சை தேவைப்படு கிறது.

மருந்துகள் பெரும்பாலும், கணையத்தைத் தூண்டி இன்சுலினை சுரக்கச் செய்வதற்கும், ரத்தச் சர்க்கரை கட்டுப்பாட்டில் இருப்பதற்கும், இன்சுலின் தேவையை சீராக வைக்கவும் பயன்படுகின்றன.

பல நோயாளிகள், மாத்திரைகளைத் தாங்களாகவே வாங்கி பயன்படுத்திக்கொண்டு, பின்விளைவு களால் பாதிக்கப்படலாம் என்பதால், மாத்திரை களின் பெயர்களை இங்கே குறிப்பிடாமல் அதன் வகைகளை மட்டும் குறிப்பிட விரும்புகிறேன்.

சல்ஃபைனல் யூரியா (சாப்பிட்ட இரண்டு மணி நேரம் முதல் 24 மணி நேரம் வரை வேலை செய்யக் கூடிய மாத்திரை வகையைச் சேர்ந்தது. சாப்பிட்ட இரண்டு மணி நேரம் முதல் 12 மணி நேரம் வரை வேலை செய்வது, உணவுக்குப் பிறகு ஒரு மணி நேரம் முதல் 60 மணி நேரம் வரை பயன் தரக் கூடியது).

அடுத்து, மெக்லிடினைட்ஸ், பைகுவானைட், ஆல்ஃபா குளோசிடேஸ் தடுப்பான்கள், இன்சுலின் சென்சிடைசர் மற்றும் தயோஜோலிடினைடோன் போன்றவை குறிப்பிடத் தக்கவை.

இந்த மருந்துகளை, வாய் வழியாகவே நோயாளிகளுக்குத் தரலாம். வாய் வழியாகக் கொடுத்தால் பயன்தராத மருந்து களும் இருக்கின்றன. அவை இன்சுலின் மருந்துகள்.

சர்க்கரை நோயாளிகள் எல்லோருக்குமே, இன்சுலின் மருந்தைப் பற்றிய விவரங்கள் தெரிந்திருக்கும்.

காரணம், சர்க்கரை நோயாளிகளில் இன்சுலின் சார்ந்த சர்க்கரை நோயாளிகள், இன்சுலின் சாராத சர்க்கரை நோயாளி கள் என்ற இரண்டு பிரிவினர் இருக்கிறார்கள்.

இவர்கள் அனைவருமே, இன்சுலினை கண்டிப்பாகப் பயன் படுத்தவேண்டிய கட்டாயத்தில் இருப்பவர்கள்.

குழந்தைகள் மற்றும் இளம் வயதினர், இன்சுலின் சார்ந்த வர்கள். இவர்களின் கணையத்தில் உள்ள பீட்டா செல்கள் அழிந்துபோவதால் இன்சுலின் சுரப்பு நின்று, சர்க்கரை நோய் வந்திருக்கும்.

வயதானவர்களை (முதியவர்கள் அல்ல), இன்சுலின் சாராத வர்கள் என்று சொல்லலாம். ஆரம்பத்தில் உடல் நலம் மிக்க வராக, ஆரோக்கியமானவராக இருந்திருப்பார்கள். ஆனால், வாழ்க்கை முறை, பழக்க வழக்கங்கள், பரம்பரை போன்ற காரணங்களால், இன்சுலின் சுரப்பதில் சிக்கல் ஏற்பட்டு சர்க்கரை நோயாளியாக மாறியிருப்பார்கள்.

இந்த நோயாளிகளின் உடலில் இன்சுலின் எவ்வாறு செயல் பட வேண்டுமோ அவ்வாறு செயல்படுவதில்லை.

உதாரணத்துக்குச் சொல்லவேண்டுமானால், இன்சுலின் சார்ந்த நோயாளிகள், தங்களுடைய கட்டுப்பாடான உணவு முறை, உடற்பயிற்சி, வாய் வழியாக எடுத்துக்கொள்ளும் மருந்துகள் ஆகியவற்றை முறையாகக் கடைப்பிடித்தால், ரத்தச் சர்க்கரை அளவைக் கட்டுப்படுத்த முடியும். ஆனால், இன்சுலின் சாராத நோயாளிகளால் அவ்வாறு செய்ய இயலாது.

உணவுக் கட்டுப்பாடு, உடற்பயிற்சி, வாய் வழி மருந்து எடுத்தல் ஆகியவற்றால் இவர்களின் ரத்தச் சர்க்கரை கட்டுப் பாட்டுக்குள் வராது. இவர்கள் கண்டிப்பாக இன்சுலினை ஊசி வடிவில்தான் எடுத்துக்கொள்ள வேண்டும்.

சுருக்கமாகச் சொல்ல வேண்டும் என்றால், பதினாறு வயதுக்கு உள்பட்ட நோயாளிகள் தினமும் இன்சுலின் ஊசி யைப் போட்டுக்கொண்டால் மட்டுமே உயிரோடு இருக்க முடியும்.

இன்சுலின் வகைகள்

எல்லா நோயாளிகளுக்கும் ஒரே மாதிரியான இன்சுலின் தரப்படுவதில்லை. பல வழிகளில், ஒன்றில் இருந்து மற்றொன்று வேறுபடும் இன்சுலினை பின்வருமாறு வகைப் படுத்தலாம்.

1. வகை

இன்சுலினில் நான்கு முக்கிய வகைகள் உள்ளன.

★ விரைந்து செயல்படக்கூடியது.

★ நடுத்தரமாகச் செயல்படக்கூடியது.

★ நீண்ட காலம் செயல்படக்கூடியது.

★ முன்பே கலந்தது.

இவை, விரைந்து செயல்படுவதிலும், நீண்ட நேரம் செயலாற்றலுடன் இருப்பதிலும், உச்சக்கட்டமாகச் செயல் படுவதிலும் வேறுபடுகின்றன.

விரைந்து செயல்புரியும் இன்சுலினை ரெகுலர் இன்சுலின் என்பார்கள். இது குறுகிய காலம் மட்டுமே செயல் புரியும். நாள் முழுவதும் பலமுறை இந்த ஊசியைப் போட்டுக் கொள்ள வேண்டும். இவை ஒரு மணி நேரத்துக்குள் வேலை செய்யத் துவங்கும். இதன் பலனை உடல் விரைந்து ஏற்றுக் கொள்ளும்.

நடுத்தரமாகச் செயல்புரியும் இன்சுலின், மெதுவாக வேலை செய்யத் துவங்கும். தினமும் ஊசியைப் போட்டுக்கொண் டால் போதும். வழக்கமாக வேலை செய்யும்.

நீண்டு செயல்படக்கூடிய இன்சுலின் இருக்கிறது. இது, 24 மணி நேரம்வரை நிலைத்து நிற்கும்.

முன்பே கலந்த இன்சுலின் என்பது, ரெகுலர் மற்றும் நடுத்தர மாகச் செயல்புரியும் இன்சுலின் கலவையைக் கலந்து ஒன்றாக்கப்பட்டு ஊசி வடிவில் கிடைக்கும். இதுவும் நாள் முழுவதும் செயல்படக்கூடியது.

2. பொதுவான பிரிவுகள்

இன்சுலின், பன்றிகளில் இருந்தும் பிற கால்நடைகளில் இருந்தும் தயாரிக்கப்பட்டு அளிக்கப்பட்டால் அதைப் பொதுப் பிரிவு இன்சுலின் அல்லது ஆதார இன்சுலின் என்று சொல்வார்கள்.

3. தூய்மை

இன்சுலின் மருந்துகள் தற்போது முன்பைவிட மிகவும் தூய்மையானவையாகத் தயாரிக்கப்படுகின்றன.

4. அடர்த்தி அளவு

இன்சுலின் எப்போதும் யூனிட் முறையில்தான் அளக்கப்படு கிறது. இன்சுலின் யூனிட்டானது, உலகம் முழுவதும் ஒரே மாதிரியாகத்தான் அளக்கப்படுகிறது. ஒரு மில்லி லிட்டர் இன்சுலினில் எவ்வளவு யூனிட்டுகள் உள்ளன என்பது மருந்து பாட்டிலிலேயே குறிப்பிடப்பட்டிருக்கும்.

இன்சுலின் வாங்கும்போது கவனிக்க வேண்டியவை

இன்சுலின் மருந்து வாங்கும்போது தேவையான பிராண்டின் பெயர், அடர்த்தி மற்றும் வகையைப் பெறுகிறீர்களா என்பதை நிச்சயித்துத் தெரிந்துகொள்ள வேண்டும்.

ஒவ்வொரு முறையும் நீங்கள் சரியான இன்சுலினை வாங்கு கிறீர்களா என்பதை உறுதி செய்துகொள்வதற்கு, ஏற்கெனவே பயன்படுத்திய பாட்டிலை எடுத்துச் செல்ல வேண்டும்.

மருந்து தயாரிக்கப்பட்ட தேதி, காலாவதி ஆகும் நாள் ஆகிய வற்றைச் சரிபார்த்துக்கொள்ள வேண்டும்.

காலாவதியாகும் நாள், திறக்கப்படாமல் குளிர்சாதனப் பெட்டியில் வைத்து பாதுகாக்கப்படும் மருந்துக்கு மட்டும்

தான் பொருந்தும். திறந்து, அறையின் தட்ப வெப்பநிலையில் ஒரு மாதம் வரை வைக்கப்பட்ட மருந்துக்குப் பொருந்தாது.

அது, ஒரே மாதத்தில் தன் தன்மையை, அடர்த்தியை இழந்து மாசுபட்டிருக்க வாய்ப்பு இருக்கிறது. ஏற்கெனவே திறந்து வைத்து ஒரு மாதத்துக்கு மேல் ஆகியிருந்த பாட்டில்களை மீண்டும் பயன்படுத்தாதீர்கள்.

இன்சுலின், 30 டிகிரி சென்டிகிரேடுக்கு மேல் சூடானால் கெட்டுவிடும் என்பதைக் கவனத்தில் வைத்துக்கொள்ளுங்கள்.

குளிர்சாதனப் பெட்டி கிடைக்காவிட்டால், இன்சுலினை மண்பாண்டத்திலோ, அதுபோன்று அதிக வெப்பத்தை இழுக்காத பொருளிலோ வைக்கலாம்.

இன்சுலின் பயன்பாடு பற்றி, சிகிச்சை அளிக்கும் மருத்துவரிடம் கலந்தாலோசிக்க வேண்டும்.

இன்சுலின் போடும்போது கவனிக்க வேண்டியவை

பொதுவாக, சர்க்கரை நோயாளிகள் இன்சுலின் ஊசியை அடிக்கடி போட்டுக்கொள்ள வேண்டிய அவசியத்துக்கு ஆளாகியிருப்பவர்கள். ஆனால், புதிதாக இன்சுலின் ஊசி பயன்படுத்துவோர், ஊசி போட்டுக்கொள்வது மிகவும் பயத்தை உண்டாக்கும் செயல் என்று நினைப்பார்கள். அது உண்மையல்ல. எளிதாக இந்த ஊசியைப் போட்டுக் கொள்ளலாம்.

இன்சுலின் மருந்தை எடுத்துக்கொள்வதற்கு சிரிஞ்சுகள் அவசியம் தேவை என்பது உங்களுக்குத் தெரியும். பொதுவாக, 40 ஐ.யு. அளவுள்ள சிரிஞ்சுகளை வாங்கிப் பயன்படுத்தலாம்.

இன்சுலின் ஊசியை உடலில் செலுத்திக் கொள்வதற்கு முன், சிரிஞ்சு, ஆல்கஹால் ஸ்வாப், இன்சுலின் ஆகியவற்றைத் தயாராக வாங்கி வைத்துக்கொள்ளுங்கள்.

கைகளைச் சுத்தமாகக் கழுவிக்கொண்டு, பாட்டிலை உங்கள் உள்ளங்கைகளுக்கு இடையே வைத்து மெதுவாக உருட்ட வேண்டும். இது, இன்சுலினை ஒன்றாகக் கலக்கும். குலுக்க

வேண்டாம். இதனால், காற்றுக் குமிழிகள் தோன்றி சிரிஞ்சினுள் செல்ல நேரிடலாம்.

இன்சுலின், புதிய பாட்டிலாக இருந்தால் பிளாஸ்டிக் மூடியைத் திறந்து வீசிவிடவும். இதேபோல், சிரிஞ்சின் ஊசி பொருத்தப்பட்டுள்ள மூடியையும் நீக்கவும்.

ஊசி மேல் நோக்கியவாறு இருக்கும் வகையில் சிரிஞ்சைப் பிடிக்கவும். சிரிஞ்சை, எப்போதும் உங்கள் கண் மட்டத் துக்குச் சமமாக இருக்குமாறு வைத்துக்கொள்ள வேண்டும். இவ்வாறு வைத்துக்கொண்டால்தான், அளவீட்டைப் பார்க்க முடியும்.

இன்சுலின் பாட்டில்கள் வாக்யூம் சீல் செய்யப்பட்டவை. நீங்கள் இன்சுலினை வெளியே எடுக்கும் முன், காற்றை பாட்டிலுக்குள் விடவேண்டும். அதாவது, 40 யூனிட் இன்சுலினை வெளியே எடுத்தால், சிரிஞ்சிக்குள் 40 யூனிட் காற்றை இழுக்க வேண்டும்.

இன்சுலின் பாட்டிலைக் கவிழ்த்து, சிரிஞ்சு கீழ்ப் பகுதியில் இருக்குமாறு பிடித்துக்கொண்டு, பிளஞ்சரை மெதுவாக கீழ் நோக்கி இழுத்து, இன்சுலினை போதுமான அளவு எடுத்துக்கொள்ள வேண்டும்.

சிரிஞ்சிக்குள் காற்று புகாதவாறு பார்த்துக்கொள்ள வேண்டும். காற்று இருந்தால் அதை வெளியேற்றிவிடுவது அவசிய மாகும். இவ்வாறு எடுத்துக்கொள்ளப்பட்ட இன்சுலினை, ஊசியின் முனையில் மூடியிட்டு வைத்துக்கொண்டு, உடலில் குத்திக்கொள்ள நினைக்கும் இடத்தை ஆல்கஹால் கொண்டு நன்றாகத் துடைத்துவிட வேண்டும்.

ஊசியில் இருந்து மூடியைக் கழற்றிவிட்டு பென்சிலைப் பிடிப்பதைப்போல் ஒரு கையால் சிரிஞ்சைப் பிடித்து, சுத்தம் செய்யப்பட்ட பகுதியை லேசாகக் கிள்ளிப்பிடிக்க வேண்டும். கிள்ளிப்பிடிக்கப்பட்ட பகுதியில் ஊசியைக் குத்தி மருந்தைச் செலுத்தலாம். ஊசி குத்திய இடத்தில் ஆல்கஹால் ஸ்வாப்பை வைத்து அழுத்திக்கொள்ள வேண்டுமே தவிர, துடைக்கக் கூடாது. ஊசியில் ஒரு துளி ரத்தம் வந்தாலும் அதைப்பற்றி பெரிதாக எடுத்துக்கொள்ள வேண்டாம்.

நீங்கள் எடுத்துக்கொண்ட இன்சுலின் அளவைப் பதிவு செய்து வைத்துக்கொள்ள வேண்டும்.

ஐந்து நிமிடங்களுக்குள், கலக்கப்பட்ட இன்சுலினை ஊசி மூலம் உடலில் செலுத்திக்கொள்ள வேண்டும். நீண்ட நேரம் வெளியில் வைத்திருந்தால், இன்சுலின் வேலை செய்யும் விதம் மாறுபடக்கூடும்.

இன்சுலின் ஊசி போடும் இடங்கள்

இன்சுலின் ஊசியை உடலின் எந்தப் பகுதியில் போட்டுக் கொள்வது என்பதை நீங்கள்தான் தீர்மானித்துக்கொள்ள வேண்டும்.

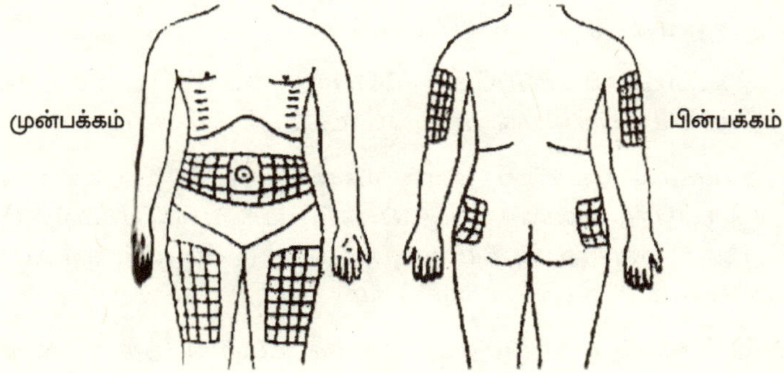

கொழுப்பு அடங்கிய ஒரு பகுதியில் ஊசி போட்டுக் கொள்ளும் பட்சத்தில், தொடையைவிட அடிவயிற்றில் போட்டுக்கொள்ளுவது எளிதாக இருக்கும்.

கவனிக்கவேண்டியவை

இன்சுலின் ஊசியைப் போட்டுக்கொள்வதற்கு முன், சில அடிப்படை விஷயங்களை அறிந்து வைத்திருப்பது நல்லது.

★ உடலின் சுமார் கால் பாக அளவுப் பகுதியை ஊசி போடும் இடங்களாகப் பிரிக்க வேண்டும். ஒவ்வொரு புதிய ஊசி குத்து வதையும் கடந்த முறை ஊசி போட்ட இடத்தில் இருந்து குறைந்தது ஒரு விரல் அகலத்துக்கு அப்பால் இருக்குமாறு பார்த்துக்கொள்ள வேண்டும்.

★ கையில் ஊசிபோடும்போது, மேற்புறக் கையின் வெளிப் பின்பக்க இடத்தைப் பயன்படுத்தவும். இங்கே, கொழுப்புத் திசுக்கள் உள்ளன. உடலில் எந்த இடத்திலும், தசைத் திசுவில் ஊசி போடாதீர்கள்.

★ அடிவயிற்றில் கொழுப்புள்ள எங்கு வேண்டுமானாலும் ஊசி குத்தலாம்.

★ தொப்புளைச் சுற்றி இரண்டு அங்குல இடத்தைத் தவிர, மற்ற பகுதியில் கெட்டியான திசுக்கள் உள்ளன. அவை, சீரற்ற முறையில் இன்சுலினை கிரகிக்கக் காரண மாகின்றன.

★ உடலில் எந்த இடத்திலாவது மச்சங்களோ அல்லது தழும்புகளோ இருந்தால் அந்தப் பகுதியில் ஊசி குத்துவதைத் தவிர்க்க வேண்டும்.

★ தொடையில் ஊசி போடும்போது, மேல் வெளிப்புறத் தொடைப்பகுதியில் ஊசி போடவேண்டும்.

★ காய்ச்சல் போன்ற வேளைகளில் உடல் உஷ்ணமாக இருப்பது, உணவுக் கட்டுப்பாடு, உடற்பயிற்சி மற்றும் மன உளைச்சல் ஆகியவை, உடலில் இன்சுலின் வேலை செய்யும் விதத்தைப் பாதிக்கும்.

★ இன்சுலின் மற்றும் திட்டமிடாத உடற்பயிற்சி மிகவும் குறைந்த ரத்தச் சர்க்கரைக்கு வழி வகுக்கலாம்.

★ உடற்பயிற்சியும், இன்சுலினும் ரத்தத்தில் குளுக்கோஸ் அளவைக் குறைப்பதால், உடற்பயிற்சி செய்வதற்கு முன், போதுமான அளவு சாப்பிட வேண்டுமா அல்லது இன்சுலினை குறைவாக எடுத்துக்கொள்ள வேண்டுமா என்பதைத் தீர்மானித்துக்கொள்ள வேண்டும்.

★ ஒரு நாளைக்கு எவ்வளவு இன்சுலின் தேவை என்பதை அறிந்து, மொத்தத் தேவையில் மூன்றில் இரண்டு பங்கை காலையிலும், மீதம் உள்ளதை மாலையிலும் போட்டுக் கொள்ள வேண்டும்.

★ இன்சுலின் ஊசி போட்டுக்கொண்ட பிறகு ஒத்தடம் கொடுக்க வேண்டாம். வெந்நீர் ஒத்தடத்தால் இன்சுலின் விரைவாக உறிஞ்சப்படவும், குளிர்ந்த நீர் ஒத்தடத்தால் மிக மெதுவாகவும் இன்சுலின் ஏற்பு இருக்கும்.

ஒரே இடத்தில் ஊசி போடுவதால் வரும் பிரச்னைகள்

★ சருமத்தில் குழிகள் தோன்றலாம்.

★ கட்டிகள் அல்லது கொழுப்புக் கட்டிகள் தோன்றலாம்.

★ சருமத்தில் தடுமன்கள் தோன்றலாம்.

மேற்கண்ட ஏதேனும் ஏற்பட்டால், மேலும் அந்த இடத்தில் தொடர்ந்து ஊசி குத்திக்கொண்டிருந்தால், இன்சுலின் வேலை செய்வது தாமதமாகும் என்பதைத் தெரிந்து கொள்ளுங்கள்.

புட்டத்தில் இன்சுலின் ஊசியைப் போட்டுக்கொண்டால், அது தாமதமாக வேலை செய்யும். தொடையில் போட்டுக் கொண்டால், அதைவிட சிறிது வேகமாக வேலை செய்யும்.

இதைவிட வேகமாக இன்சுலின் வேலை செய்ய, வயிற்றின் அடிப்பக்கத்திலும், மிக வேகமாக வேலை செய்ய கைகளிலும் இன்சுலின் போட்டுக்கொள்ளலாம்.

இன்சுலினால் வரும் சிக்கல்கள்

இன்சுலின் ஊசியைப் போட்டுக்கொள்ளும் முன், உடலில் இருக்கும் இன்சுலின் அளவை சரியாகப் பார்த்துக்கொள்ள வேண்டும்.

உணவில் நேர மாறுதல் இருந்தாலும், சாப்பிடும் அளவு மாறுபட்டிருந்தாலும், கர்ப்பம் மற்றும் மது அருந்திய சமயங் களிலும், சிறுநீரகம் சரியாகச் செயல்படாவிட்டாலும், இன்சுலினை எடுத்துக்கொள்ளும் வேளையை சரியாகத் தீர்மானிக்கவேண்டும்.

இல்லாவிட்டால், ரத்தத்தில் சர்க்கரை அளவு குறைந்து போதல், இன்சுலின் ஒவ்வாமை, உடல் வீக்கம், இன்சுலின் எதிர்வினை போன்ற பிரச்னைகள் தோன்றும்.

அடிக்கடி விரதம் இருக்கும் சர்க்கரை நோயாளிகள், மது அருந்துவோர், கர்ப்பிணிகள், உணவு விஷயத்தில் கவனம் செலுத்தாதவர்கள், இன்சுலினை போட்டுக்கொண்டதும் ரத்தச் சர்க்கரை அளவு குறைய வாய்ப்பு உண்டு.

இன்சுலின் போட்டுக்கொள்ளும் இடத்தில் வலி, நிறம் மாறுதல், வீக்கம் போன்றவை ஏற்படும். இவ்வாறு இருந் தால் இன்சுலின் ஒவ்வாமை ஏற்பட்டிருப்பதை அறியலாம்.

சரியான அளவு இன்சுலினை ஏற்றிக்கொள்ளாவிட்டால் பல சிக்கல்கள் வரும். அவற்றில் முக்கியமானவை - ரத்தச் சர்க்கரை அளவு குறைதல், இதனால் உடல் வியர்த்தல், உடல் சில்லிட்டுப்போதல், கை கால்கள் மரத்துப்போதல், கை கால்களில் குத்தல் உணர்வுகள், தலைச்சுற்றல், பலவீனமாக இருப்பது போன்ற உணர்வு, இதயப் படபடப்பு, தலைவலி, பார்வை மங்குதல் போன்றவை.

இந்த எதிர்வினைகளைச் சரிப்படுத்த, மருத்துவரின் ஆலோசனை அவசியம் தேவைப்படும்.

ரத்தச் சர்க்கரை அளவு குறைய ஆரம்பித்தாலும், மேற்கண்ட அறிகுறிகள் தோன்ற ஆரம்பித்தாலும், சர்க்கரை, பழம், சாக்லேட் போன்று இனிப்புப் பொருள்களைச் சிறிது சாப்பிட வேண்டும்.

தலைச்சுற்றல் அதிகமாக இருந்தால், இனிப்பை வாயில் போட்டுக்கொண்டு பேசாமல் அமர்ந்துவிட வேண்டும். அறிகுறி தொடருமானால், அது மறையும்வரை இனிப்புப் பொருள்களைச் சிறிது சிறிதாகச் சாப்பிட்டு வரவேண்டும்.

ஒரே இடத்தில் அடிக்கடி ஊசிபோடுவதால் உடலில் வீக்கம் ஏற்பட வாய்ப்பு உண்டு. இதையும் கவனத்தில் கொள்ள வேண்டும். உடல் வீக்கம் அல்லது வேறு ஏதேனும் அலர்ஜி அல்லது பாதிப்புகள் ஏற்பட்டிருந்தால் மருத்துவரை அணுகி ஆலோசனை பெற வேண்டும்.

நீங்களாக இன்சுலின் போடுவதைவிட டாக்டரிடம் சென்று போட்டுக்கொள்வது நல்லது.

இன்சுலின் பற்றிய தவறான கருத்துகளும், விளக்கங்களும்

இன்சுலின் ஊசி போட்டுக்கொள்வதில் பல தவறான கருத்துகள் மக்கள் மத்தியில் நிலவி வருவதால், இந்த விஷயத்தில் நிறைய குழப்பங்கள் நிலவுகின்றன. அவை பற்றிய தெளிவான உண்மைகளை விளக்குவது மருத்துவர்

என்ற முறையில் என்னுடைய கடமை என்று நினைக்கிறேன்.

★ ***தவறான கருத்து - 1***

இன்சுலின் சாராத (வயது வந்தோருக்கு வரும் சர்க்கரை நோயின்போது) நோயாளிகள், ஒரு முறை இன்சுலின் ஊசியைத் தொடங்கிவிட்டால், அதை வாழ்நாள் முழுவதும் தொடரவேண் டும். நிறுத்தினால் பாதிப்பு அதிகமாகும்.

விளக்கம்

கடுமையான மன உளைச்சலையும், நோயையும், கிருமித் தொற்றையும் ஊக்கப்படுத்தும் நேரங்கள், அறுவை சிகிச்சை போன்ற சமயங்களில் அல்லது ரத்த குளுக்கோஸை உயர்த்தும் சில மருந்துகளைச் சாப்பிடும்போது, இன்சுலின் சாராத சர்க்கரை நோயாளிகளுக்கு இன்சுலின் ஊசி தேவை.

உணவுக் கட்டுப்பாடு, வாய் வழி மருந்துகள், உடற்பயிற்சி ஆகியவற்றின் மூலம் நோயைக் கட்டுப்பாட்டுக்குள் வைத்திருந்தால், பழைய அணுகுமுறையே போதுமானது.

★ ***தவறான கருத்து - 2***

இன்சுலின் ஊசியைத் தொடர்ந்து போட்டுக்கொள்வதால் கண் பார்வை இழப்பு அல்லது வேறுவிதமான நோய்கள் உண்டாகின்றன. இன்சுலின் எப்போதும் எதிர்விளைவை உண்டாக்கும்.

விளக்கம்

கண்டிப்பாக இது உண்மையில்லை. நீண்ட காலமாக சர்க்கரை நோய் இருந்து அதைக் கட்டுப்பாட்டுக்குள் வைத்துக் கொள்ளாதபோது, உடலின் உள்ளுறுப்புகள் பாதிக்கப் படுவது இயல்பு. இதற்கும் இன்சுலின் ஊசிக்கும் தொடர்பு இபில்லை.

இன்சுலின் சிகிச்சை துவங்கிய அதே நேரத்தில், பாதிப்பின் தீவிரம் தெரியவந்திருக்கலாம். இதைவைத்து, இன்சுலின் காரணமாகத்தான் நோய் வந்தது, நோய் முற்றியது என்று கூறுவதெல்லாம் உண்மையல்ல.

இன்சுலின் ஊசி போட்டுக்கொள்பவர்கள், ஹைபோகிளை சீமியா எனப்படும் சர்க்கரைக் குறைவுநோய் இல்லாமல் பார்த்துக்கொள்ள வேண்டும்.

இன்சுலினை ஆரம்பிக்கும் முன்பே மருத்துவரைக் கலந்தா லோசித்து, உங்கள் வழக்கமான உணவு முறை, அதில் உள்ள கலோரிகள், சாப்பிட வேண்டிய கலோரி போன்றவற்றைத் தெரிந்துகொள்ளுங்கள்.

இதை முறையாகச் செய்துவந்தால், உங்களுக்கு எந்தப் பாதிப்பும் வராது.

★ தவறான கருத்து - 3

இன்சுலின் ஊசியை ரத்த நாளத்தில்தான் செலுத்த வேண்டும். ஊசி செலுத்தும்போது, சிரிஞ்சியில் காற்றுக் குமிழிகள் இருந்து அவற்றை உடலுக்குள் செலுத்திக்கொண்டால் உயிருக்கு ஆபத்தை விளைவிக்கும்.

விளக்கம்

இன்சுலின் ஊசி, கொழுப்புத் திசுக்களுக்குள்தான் செலுத்தப் படுகிறது. ரத்த நாளத்துக்குள் செலுத்தப்படுவதில்லை. இது கை, அடி வயிறு, தொடை அல்லது இடுப்பில் போடப்படு கிறது. ரத்த நாளத்தைத் துளைக்கும் ஊசியைவிட மிகச் சிறிய ஊசி இது.

ரத்த நாளத்துக்குள் ஊசி போடும்போது காற்றுக் குமிழிகள் இருந்தால் மரணம்கூட ஏற்படும் என்ற கருத்து நிலவுகிறது. ஆனால், இன்சுலின் ஊசி கொழுப்புத் திசுவில் செலுத்தப் படுவதால் அத்தகைய பயம் எதுவும் கிடையாது.

★ தவறான கருத்து - 4

இன்சுலின் எப்போதும் மோசமான எதிர்விளைவுகளை உண்டாக்கும்.

விளக்கம்

இன்சுலினுடன், உணவு மற்றும் செயல்பாடுகளுக்குத் தொடர்பு கொண்டதுதான் ஹைபோகிளைசீமியா எனப்படும் ரத்தச் சர்க்கரைக் குறைவு. இதைத் தவிர்க்க முடியும். ஆகவே,

இன்சுலின் எடுத்துக்கொள்ளும் முன், ஹைபோகிளைசீமியா பிரச்னையைத் தவிர்க்க மருத்துவரைக் கலந்தாலோசிப்பது நல்லது.

வழக்கமாக எடுத்துக்கொள்ளும் உணவை மாற்றிச் சாப்பிட வேண்டி இருந்தால் அது பற்றிய விவரம், உணவில் அடங்கிய கலோரிகள் ஆகியவற்றைப் பற்றி மருத்துவரிடம் நேரிலோ தொலைபேசி வாயிலாகவோ கலந்தாலோசிக்க வேண்டும்.

★ தவறான கருத்து - 5

இன்சுலினை குளிர்சாதனப் பெட்டியில் வைத்திருக்க வேண்டும். பயணம் செய்யும்போது இன்சுலினை கூடவே எடுத்துச்செல்வது ஆபத்தை விளைவிக்கும். இன்சுலின், ஐஸ் கட்டியாக ஆகிவிட்டாலும் அதை எடுத்துப் பயன்படுத்த லாம். சூடாகிவிட்டால்தான் எதிர்பாராத ஆபத்தை உண்டாக் கும். மண் பாண்டங்களில் இன்சுலினை வைத்திருக்கக் கூடாது.

விளக்கம்

பயன்படுத்திக்கொண்டிருக்கும் இன்சுலின் பாட்டிலை போது மான வெளிச்சத்திலும், மிதமான தட்பவெப்ப நிலையிலும் ஒரு மாதம் வரை வைத்துக்கொள்ளலாம்.

ஆகவே, வர்த்தக ரீதியிலான பயணம் அல்லது விடுமுறை நாள்களுக்கு வெளியூர் செல்லும்போது பர்ஸ் அல்லது சூட்கேஸ் பெட்டியில் வைத்துக்கொள்வதே போதும்.

இன்சுலின், ஐஸ்கட்டிபோல் ஆகிவிட்டால் அதைத் தூர எறிந்துவிடுவதுதான் நல்லது. அதேபோல், சூரியனின் நேரடி வெப்பம் படாமல் பார்த்துக்கொள்ள வேண்டும். 30 டிகிரி சென்டிகிரேட் வெப்பத்துக்கும் அதிகமான இடத்தில் இருந்து இன்சுலின் சூடாகிவிட்டால் கெட்டுவிடும். குளிர்சாதனப் பெட்டி கிடைக்காவிட்டால், சாதாரண மண் பாண்டங்களில் கூட இன்சுலினை வைத்துப் பாதுகாக்கலாம்.

இதுபோல், நீங்கள் கேள்விப்படும் எந்த ஒரு விஷயத்தையும் சரியா? தவறா? என்று மருத்துவரிடம் கேட்டு விளக்கம் பெற்றுக்கொள்ளுங்கள்.

தெரிந்துகொள்ள சில தகவல்கள்

★ இன்சுலினை போட்டுக்கொண்டால் சர்க்கரை நோய் குணமாகிவிடும் என்று நினைக்கிறார்கள். சர்க்கரை நோய் ஒரு முறை வந்துவிட்டால், அதை முற்றிலும் குணமாக்கு வதற்கான மருந்து, மாத்திரை இன்னும் கண்டுபிடிக்கப் படவில்லை. அதைக் கட்டுப்பாட்டுக்குள் வைத்துக் கொள்ளவே இதுவரை மருந்து, மாத்திரைகள் உள்ளன.

★ இன்சுலினை யார் யார் எத்தனை முறை போட்டுக் கொள்வது என்ற சந்தேகம் பலருக்கு இருக்கும். சர்க்கரை நோய், ஆரம்ப நிலையில் இருந்தால், தினமும் ஒரு வேளை இன்சுலின் போட்டுக்கொண்டால் போதும். அதன்பிறகு, இரு வேளைகள் போடவேண்டி இருக்கும். அதிக உடல் பருமன் உள்ளவர்கள் தினமும் மூன்று வேளைகள்கூட போட்டுக்கொள்ளவேண்டி இருக்கும். யார் யார், எத்தனை முறை இன்சுலின் போட்டுக்கொள்ள வேண்டும் என்பதை மருத்துவரே தீர்மானிப்பார்.

★ இன்சுலின் மாத்திரை இருந்தால் பரவாயில்லையே என்று நினைப்பவர்கள் உண்டு. இரண்டாம் வகை சர்க்கரை நோய் உள்ளவர்களுக்கு மாத்திரைகள் உள்ளன. இவை கணையத்தைத் தூண்டி இன்சுலினை சுரக்கச் செய் கின்றன. கணையம் முற்றிலும் பழுதுபட்டிருந்தால், மாத்திரைகள் பலன் தராது. தவிர, மாத்திரை வடிவில் இன்சுலின் எடுத்துக்கொள்ளும்போது அது இரைப்பை, ரத்தம் போன்ற இடங்களில் ரசாயன மாற்றங்களுக்கு ஆளாகி, வீரியம் குறைந்ததாகிவிடும். இது, ரத்தத்தில் கலந்து பலன் கொடுப்பதற்குக் கூடுதல் நேரமாகும்.

★ எவ்வளவு இன்சுலின் போட்டுக்கொள்வது என்பது தெரியாவிட்டால் உங்கள் எடை, உடலில் உள்ள கொழுப்புத் தசைகளின் அளவு மற்றும் அவற்றின் தன்மை, எவ்வளவு நேரம் உடற்பயிற்சி செய்கிறீர்கள், எவ்வளவு உழைக்கிறீர்கள், உணர்ச்சிவசப்படும் தன்மை, அடிக்கடி மன உளைச்சல் மற்றும் கவலைகளால் பாதிக்கப்படுகிறீர்களா என்பதையெல்லாம், சரியான நோய்த் தகவல் அடிப்படையில் மருத்துவர் மூலம் அறிந்து பயன்படுத்த வேண்டும்.

★ இன்சுலின், யூனிட் அளவில்தான் கிடைக்கும். கடைகளில் இன்சுலினை வாங்கும்போது அதன் அடர்த்தி, அது நீண்ட காலம் செயல்படக்கூடியதா? குறுகிய காலம் மட்டுமே செயல்படக்கூடியதா? தயாரிக்கும் கம்பெனி, அது காலாவதி ஆகும் தேதி ஆகியவற்றைக் கவனிக்க வேண்டும். காலாவதியான மருந்து, மாத்திரைகளால் உடல் நலம் கெடநேரிடும்.

★ இன்சுலினை அதிகமாகப் போட்டுக்கொண்டால், உடனடியாக மயக்கம் வந்துவிடும். இன்சுலின் மயக்கம் ஏற்படுகிறது என்றால் உடல் வியர்த்தல், கை கால் உதறல், பார்வைக் கோளாறு, தலைவலி, எரிச்சல், நினைவிழப்பு போன்றவை வரும். இத்தகைய சூழல் ஏற்படும் முன், சிறிது சர்க்கரையை வாயில் போட்டுக்கொள்வது நல்லது. இன்சுலினை வாங்கிப் பயன்படுத்துவதற்கு முன், மருத்துவரை அணுகி சரியான அளவை தெரிந்துகொள்ள வேண்டும்.

★ நீங்கள் பயன்படுத்தும் இன்சுலின் அளவு, உங்கள் உணவு மற்றும் உடற்பயிற்சிகளின் அளவு, சிறுநீரில் வெளிப் படும் சர்க்கரையின் அளவு ஆகியவற்றைப் பொறுத்து அமைவதால், எப்போதும்போல் ஒரே அளவான இன்சுலின் போட்டுக்கொள்ளக் கூடாது.

★ ரத்தச் சர்க்கரை அளவு கூடாமலும், குறையாமலும் பார்த்துக்கொள்வது அவசியம்.

★ இன்சுலின் காரணமாக மயக்கம் வரும் தன்மை உடைய வர்கள், மது அருந்தும் பழக்கத்தைக் கைவிட வேண்டும். மதுவின் போதையால் மயக்கத்தை உணர இயலாமல் போகும். அது, மரணத்துக்கும் வழி வகுக்கும்.

★ சர்க்கரை நோயாளி என்பதற்கான அடையாள அட்டையை எப்போதும் கைவசம் வைத்திருப்பது நல்லது. இன்சுலின் போட்டுக்கொள்வது அல்லது அதன் பயன்பாடு பற்றிய எந்தவொரு தகவலையும் மருத்துவரிடம் கேட்டுத் தெரிந்து கொண்டு, அதை முறையாகப் பின்பற்ற வேண்டும்.

6

சர்க்கரை நோயைப் புரிந்துகொள்ளுங்கள்

‘சார் ஒரு டீ சாப்பிட்டுவிட்டுப் போகலாமே...’

‘பரவாயில்லை... வேண்டாம் சார்...’

‘ஒரு ஸ்வீட்டாவது எடுத்துக்கோங்க...’

‘வேண்டாம் சார்...’

‘சரி, வீட்டில் பூசணிக்காய் குழம்பு... நல்லா ருசியா இருக்கு. கொஞ்சம் சாப்பிட்டுட்டுப் போங்களேன்...’

‘வேண்டாம் சார்...’

‘என்ன சார், எது கிடைச்சாலும் விட மாட்டீங்க. கேட்டுக்கேட்டு சாப்பிடுவீங்க... இப்பல்லாம் எது கேட்டாலும், வேண்டாம் வேண்டாம் என்கிறீர்களே?’

‘எனக்கு சுகர். அதனால்தான் இப்படி வாயைக் கட்டவேண்டி இருக்கு’

- இது சாதாரணமான உரையாடலாகத் தெரியலாம். ஆனால், பாதிக்கப்பட்டவருக்குத்தான் அவர் சொன்ன சர்க்கரை நோயின் கடுமையைப் பற்றி தெரியும்.

சர்க்கரை நோய் என்றால் எதையும் சாப்பிடக் கூடாது என்பது மட்டும்தான் நம்மில் பலருக்கும் தெரிந்த

விஷயம். சாப்பாடு விஷயத்தில் மட்டும் கட்டுப்பாட்டோடு இருந்தால், நோய் கட்டுப்பாட்டுக்குள் வந்துவிடுமா?

வராது, உணவுக் கட்டுப்பாட்டுடன் வாழ்க்கை முறை மாற்றம், உடற்பயிற்சி போன்றவற்றையும் கடைப்பிடிக்க வேண்டும். அப்போதுதான் சர்க்கரை நோயைக் கட்டுப் பாட்டுக்குள் வரும்.

சர்க்கரை நோயைக் கட்டுப்பாட்டுக்குள் வைத்துக்கொள்ள வேண்டும் என்றால், நீங்கள் உற்சாகத்தில் சிறுவர்களாக ஆக வேண்டும். உணவு விஷயத்தில் இளம் பெண்ணாக ஆக வேண்டும். வாழ்க்கை முறையில் கூலித் தொழிலாளியாக மாற வேண்டும்.

ஏனென்றால், சிறுவர்கள் ஓயாமல் எப்போதும் எதையாவது செய்துகொண்டிருப்பார்கள். இதனால், அவர்களின் உடல் எப்போதும் ஆரோக்கியமாக இருக்கும். கன்னிப் பெண்கள், தங்கள் உடலைப் பேண வேண்டும்; கட்டுடல் மாறக் கூடாது என்பதற்காக, கண்டதைச் சாப்பிடாமல் உணவு வகைகளைப் பார்த்துப் பார்த்துச் சாப்பிட்டு, உடலைக் கச்சிதமாக வைத்துக்கொள்வார்கள். கூலித் தொழிலாளிகள், விடிந்தது முதல் இரவு வரை தனது வயிற்றுக்காக உழைத்துக்கொண்டே இருப்பார்கள். இதனால் அவர்களின் உடல் எப்போதும் முறுக்கேறி காணப்படும். பங்களாவாசிகளைவிட நோயால் அவர்கள் பாதிக்கப்படுவது மிகவும் குறைவுதான்.

இப்படியொரு முறையான வாழ்க்கையை மேற்கொண்டு வந்தால், சர்க்கரை நோய் முற்றிலுமாகக் கட்டுப்பட்டுவிடும்.

சர்க்கரை நோயைக் முற்றிலுமாகக் கட்டுப்படுத்திக்கொள்ள வேண்டும் என்றால், என்ன செய்ய வேண்டும்?

சர்க்கரை நோயைக் பற்றி முழுமையாகத் தெரிந்துகொள்ள வேண்டும், புரிந்துகொள்ள வேண்டும். அதற்குப் பிறகு, சர்க்கரை நோய் நமக்கு சவாலான ஒரு விஷயமாக இருக்காது.

சர்க்கரை நோய் - பெயர்க் காரணம்

சர்க்கரை நோய் இன்று நேற்றல்ல, மிகப் பழமையான காலத்தில் இருந்தே மக்களை உலக அளவில் பாதிக்கும் ஒரு நோயாக இருந்துவருகிறது.

இந்த நோயை, மதுமேகம் என்று ஆயுர்வேத மருத்துவர்கள் அழைக்கின்றனர். ஏனெனில், சிறுநீர் உவர்ப்புச் (உப்பு) சுவை உடையது. ஆனால், சர்க்கரை நோயாளிகளின் சிறுநீர் இனிப்புச் சுவையுடன் இருக்கும். இவர்கள் கழித்த சிறுநீரில் எறும்புகளும், ஈக்களும் மொய்க்கும். சிறுநீர் இனிப்பு கலந்து பிரிவதால், இதை மதுமேகம் என்கின்றனர். கிரேக்கர்கள் இந்த நோயை, டயாபடிஸ் மெலிடஸ் என்று அழைத்தனர்.

சர்க்கரை நோய் என்பது ஒருவித நாளமில்லாச் சுரப்பிக் குறைபாடு. இது ஒரு நோய் அல்ல. ஒரு செயல் குறைபாடு.

ஒரு தொற்று நோய்போல் இதற்குக் காரணம் கிருமிகளோ, சிதைவுகளோ இல்லை என்றே தோன்றுகிறது. இது, உடலின் இயல்பான வளர்சிதை மாற்றத்தால் ஏற்படும் ஒரு நிரந்தர மான குறைபாடு. இதை முற்றிலும் குணமாக்குவதற்கான சிகிச்சை முறைகள் இதுவரை கண்டறியப்படவில்லை. ஆயுள் முழுவதும் கட்டுப்பாட்டுக்குள் வைத்துக்கொள்ளவே சிகிச்சை அளிக்கப்படுகிறது.

காரணங்கள்

சர்க்கரை நோய் பரவலாக வருவதற்கு என்ன காரணம் என்பது பலருக்குத் தெரிவதில்லை.

பரம்பரை மிக முக்கியமான காரணம். சர்க்கரை நோய் பல குடும்பங்களில் பரவலாகக் காணப்படுகிறது. தாய், தந்தை, சகோதரன், சகோதரி ஆகியோருக்கு சர்க்கரை நோய் இருந் தால், அவர்களது குடும்பத்தைச் சேர்ந்தவர்கள் பாதிக்கப் படும் வாய்ப்பு மிக அதிகம். தாயும், தந்தையும் பாதிக்கப் பட்டவர் களாக இருந்தால் பிள்ளைகளுக்கு வர, 85 முதல் 100 சதவீதம் வரை வாய்ப்பு உள்ளது.

உடல் பருமன், மன அழுத்தம் மற்றும் படபடப்பான மன நிலை உள்ளவர்களுக்கு, சர்க்கரை நோய் வர கூடுதல் வாய்ப்பு உள்ளது. சொந்தத்தில் திருமணம் செய்துகொள் வதால், சர்க்கரை நோய் வரும் வாய்ப்பு மிகவும் அதிகம்.

இந்த நோய் உள்ளுக்குள் மறைந்திருக்கலாம். ஒரு விபத்தோ, கர்ப்பமோ, கட்டியோ ஏற்பட்டு அறுவை சிகிச்சை மேற்கொள்ளும் முன், செய்யப்படும் சோதனைகள் அல்லது

சர்க்கரை நோயை உண்டாக்கும் காரணிகள்

★ பரம்பரை

★ இன்சுலின் போதுமான அளவு சுரக்காதது - சரியாக வேலை செய்யாதது

★ கணையத்தில் ஏற்படும் அழற்சி

★ அடிக்கடி அதிகமாகச் சாப்பிடுதல்

★ தொடர்ந்து மது அருந்துதல்

★ கர்ப்பக் காலம்

★ அடிக்கடி குழந்தை பெறுதல்

★ உடல் உழைப்பு இல்லாதது

★ கவலை, மன உளைச்சல், மன இறுக்கம் போன்ற பிரச்னைகள்

தற்செயலான பரிசோதனைகள் மூலமாகவே இது அறியப்பட நேரிடுகிறது.

சர்க்கரை நோய் எப்படி வருகிறது?

பொதுவாக, நாம் சாப்பிடும் உணவில் மாவுப்பொருள் (கார்போஹைட்ரேட்), புரதம் (புரோட்டீன்) மற்றும் கொழுப்பு (கொலஸ்ட்ரால்) ஆகியவை இருக்கும்.

மாவுப்பொருள்தான் சர்க்கரைச் சத்தாக மாற்றப்படுகிறது. இந்தச் சர்க்கரையும், மோனோசாக்ரைடுகள் (ஒற்றைச் சர்க்கரைப் பிரிவு), டைசாக்ரைடுகள் (இரட்டைச் சர்க்கரைப் பிரிவு), பாலிசாக்ரைடுகள் (பல சர்க்கரைப் பிரிவு) என்று பிரிக்கப்படுகின்றன.

நாம் சாப்பிடும் பழங்களில் இருந்து கிடைக்கும் மாவுப் பொருள், ஒற்றைச் சர்க்கரை வகையைச் சேர்ந்தது. இது சீக்கிரமாக ரத்தத்தில் கலக்கும்.

கரும்பு, சர்க்கரை, பால் போன்றவற்றில் இருந்து கிடைக்கும் மாவுப்பொருள், இரட்டைச் சர்க்கரை வகையைச் சேர்ந்தது.

அரிசி, கேழ்வரகு, கோதுமை, கிழங்கு வகைகள், பருப்புகள் போன்றவற்றில் இருந்து பெறப்படும் மாவுப் பொருகள், பல சர்க்கரைப் பிரிவுகளாக மாற்றப்படுகின்றன. இவற்றை உடல்

உடனடியாகப் பயன்படுத்தாமல் அப்படியே கிளைகோஜென் என்ற பொருளாக மாற்றி சேமித்து வைத்துக்கொள்ளும்.

இந்தச் சர்க்கரைப் பொருள்கள், ஜீரண நீர், கணையம், கல்லீரல் மற்றும் பித்தப்பையின் செரிமான நீர்களுடன் சேர்ந்துதான் சர்க்கரையாக மாற்றப்பட்டு ரத்தத்தில் கலந்து ரத்த ஓட்டத்துடன் சுற்றிக்கொண்டு வரும். இந்தச் சர்க்கரையோடு இன்சுலின் சேரும்போது எரிக்கப்பட்டு சக்தியாக மாறி உடலுக்குக் கிடைக்கும். இன்சுலின் பற்றாக்குறை ஏற்பட்டால், இவை ரத்தத்திலேயே இருந்து கொண்டு சர்க்கரை நோயை உண்டாக்கும்.

சாதாரணமாக, நமது ஜீரண மண்டலம் உணவில் உள்ள ஸ்டார்ச் பொருளான கார்போஹைட்ரேட்டை குளுக்கோஸ் என்ற சர்க்கரைப் பொருளாக மாற்றி, குடலில் இருந்து ரத்த ஓட்டத்துக்கும், அங்கிருந்து உடலின் அத்தனை அணுக் களுக்கும் அனுப்பிவைக்கிறது.

அணுக்கள் வளர்வதற்கும், வேலை செய்வதற்கும் சர்க்கரைச் சத்தை ஒவ்வொரு அணுவுக்கும் சரியான விகிதத்தில் அனுப்ப, இன்சுலின் என்ற ஹார்மோன் தேவை. இன்சுலின் சுரப்பது குறைந்தாலோ, அது சரியாக வேலை செய்ய இயலாவிட்டாலோ, சர்க்கரைச் சத்து சரியாக செல்களுக்குக் கிடைக்காமல் போகும். இதனால் வரும் பிரச்னைதான் சர்க்கரை நோய்.

இன்சுலின் சுரக்கும் உறுப்பு

வயிற்றுப் பகுதியில், தொப்புளுக்கு மேல் இரைப்பைக்குப் பின்புறம் மாவிலை போன்ற வடிவத்தில் மூன்று அவுன்ஸ் அளவில் கணையம் உள்ளது. நமது உடலில் இயங்கும் நாளமில்லாச் சுரப்பிகளுள் கணையமும் ஒன்று.

கணையமானது இதயத்தைப்போல் இருபத்து நான்கு மணி நேரமும் செயல்பட்டுக்கொண்டிருக்கும். இதில் சுரக்கும் சுரப்பு நீர் இரண்டு வகையான செயல்களை மேற்கொள்கிறது.

1. செரிமான நீரையும் நொதிப் பொருள்களையும் வழங்கி, மாவுச்சத்தைக் கரைத்து ரத்தத்தில் கலக்க உதவுகிறது. இந்த செல்களுக்கு அசினார் செல்கள் என்று பெயர்.

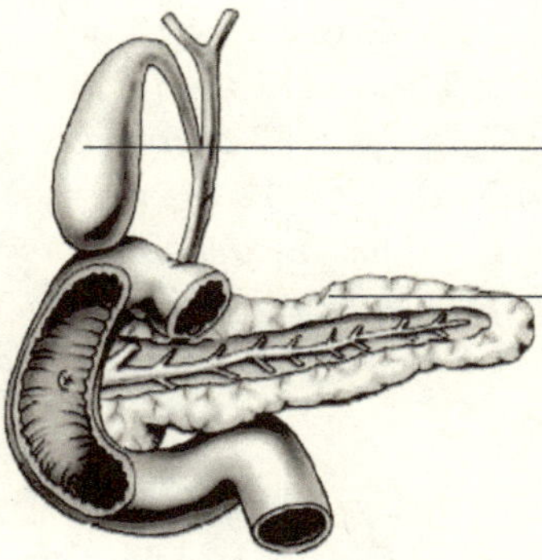

2. லாங்கர்ஹான் திட்டுக்கள் என்று அழைக்கப்படும் செல் தொகுப்பில் இருந்து சுரப்பது. சுமார் 10 லட்சம் செல்கள் இந்தப் பணியை மேற்கொள்கின்றன.

இவை, ஆல்ஃபா செல்கள், பீட்டா செல்கள், காமா செல்கள் என்று மூன்று வகை செல்களாகப் பிரிக்கப்பட்டுள்ளன. இவற்றில், பீட்டா செல்களே இன்சுலினை சுரக்கின்றன. இது நேரடியாக ரத்தத்தில் கலக்கிறது. ரத்தத்தில் உள்ள சர்க்கரையைத் திசுக்களுக்கு அனுப்பி எரிபொருளாக்குகிறது.

சாப்பிடும்போது, அதிகச் சர்க்கரைப் பொருள் உண்டாவதால், கணையமும் சுறுசுறுப்பாகி அதிகமான இன்சுலினை உற்பத்தி செய்து ரத்தத்தில் அனுப்பும். செல்களுக்கு இன்சுலின் சென்று சேர்ந்ததும், அதனுடைய அளவு குறைந்துவிடும். செல்களுக்கு சரியான அளவு சர்க்கரை கிடைத்தால், உடலின் சக்திக்குப் போதும். அளவுக்கு மீறி நிறைய சர்க்கரை கிடைத்துவிட்டால் என்ன செய்வது என்ற சிரமமே இல்லாமல், குளுக்கோஸை கிளைகோஜென் என்ற பொருளாக கல்லீரல் மாற்றிவிடும். கொஞ்சம் சர்க்கரை ரத்தத்தில் கலந்திருக்கும். மீதம் உள்ளவை சிறுநீரில் கலந்து வெளியேறிவிடும்.

இன்சுலினோடு மற்ற ஹார்மோன்களும் இதில் முக்கியப் பங்கு ஆற்றுகின்றன. குளுகோஜென் என்ற வளர்ச்சி ஹார்மோனும், கார்டிசோல் மற்றும் எபினெப்ரின் என்ற ஹார்மோன்களும் இன்சுலினுக்கு எதிர் திசையில் செயல்படும்.

சில சிரமமான சூழல்களில், இவை ரத்த ஓட்டத்தில் குளுக்கோஸை தள்ளிவிடுவதால், சர்க்கரையின் தேவை சிலவேளைகளில் அதிகரிக்கிறது. ஹார்மோன்களின் இந்தச் செயல்பாடுகள் எப்போதும் மிக எச்சரிக்கையாக இருந்து உடலின் சர்க்கரை அளவை சீராக வைத்துக்கொள்ளும். ஆனால், சர்க்கரை நோய் தாக்கும்போது இந்தச் செயல் பாட்டில் குறைகள் ஏற்படுகின்றன அல்லது இன்சுலின் அளவு குறைந்துவிடுகிறது.

தொடர்ச்சியாகச் சாப்பிடும்போதெல்லாம் நம் உடலுக்குத் தேவையான குளுக்கோஸ் சத்தை தேவைக்கேற்ப இன்சுலின் சுரப்பி உற்பத்தி செய்துகொண்டே இருக்கும்.

இந்தச் சுரப்பி பாதிக்கப்பட்டு இன்சுலினை சுரக்க முடியாமல் போவது அல்லது இன்சுலின் உற்பத்தி குறைவது அல்லது சுரந்தும் செயல்பட முடியாத நிலை ஏற்படும். இதைத்தான் சர்க்கரை நோய் என்கிறோம்.

இந்த நோயை, பண்டைக் காலம் முதலே அறிந்து வைத் திருந்தபோதிலும், நோயைப் பற்றிய சரியான, முழுமையான விவரங்கள், அறிவியல் வளர்ந்த பிறகே நமக்குத் தெரிய வந்தன.

ஆனால், அறிகுறிகளை வைத்து சர்க்கரை நோய்க்கு டயாபடிஸ் என்று பெயரிட்டவர்கள் கிரேக்கர்கள். அடிக்கடி, அதிகமாகச் சிறுநீர் கழிவது என்பது சர்க்கரை நோயின் முக்கிய அறிகுறி என்பதை உணர்ந்த அவர்கள் இவ்வாறு பெயர் சூட்டினார்கள். கிரேக்க மொழியில் டயாபடிஸ் என்றால் நீரூற்று என்று பொருள். உடலில் உள்ள தசை களையும், எலும்புகளையும் சிறுநீராக உருக்கிச் செல்லும் நோய் இது என்று எரேசியஸ் (கி.பி.30 - 90) என்ற அறிஞர் குறிப்பிட்டிருக்கிறார்.

இன்சுலின்

புரதச்சத்து மிக்க ஒரு ஹார்மோன்தான் இன்சுலின். இது ஒரு நொதிப்பொருளாகும். அதாவது, சர்க்கரையைச் சிதைக்கிற பொருளாகும். இது கணையத்தில் சுரக்கிறது.

7

சர்க்கரை நோயின் வகைகள்

சர்க்கரை நோய், மிகப்பெரிய நோயாக மாறியுள்ள போதிலும்கூட இதைப் பற்றிய விழிப்புணர்வு மக்களிடம் பெரிய அளவில் இல்லை என்றுதான் சொல்ல வேண்டும்.

காரணம் என்னவென்றால், வயதான காலத்தில்தான் சர்க்கரை நோய் வரும் என்ற அசைக்க முடியாத நம்பிக்கை பலருக்கு இருக்கிறது. இது, பணக்காரர் களுக்கு மட்டுமே வரக்கூடிய நோய் என்ற எண்ண மும் மக்கள் மனத்தில் வேரூன்றி இருக்கிறது.

உண்மை என்னவென்றால், வயது வித்தியாசம் இல்லாமல் குழந்தைகளுக்கும் சர்க்கரை நோய் வரும் என்பதுதான். நம்புவதற்கு கடினமாக இருக் கிறதா?

ஆரோக்கியமாக இருக்கும் உங்கள் குழந்தை திடீர் என்று உடல் மெலிய ஆரம்பித்திருக்கிறானா? எலும்பும் தோலுமாக இருப்பதாக நினைக்கிறீர் களா? அவனால் இயல்பான வேலைகளைச் செய்ய முடியாமல் அடிக்கடி சோர்ந்துபோகிறானா? அதிகமான தண்ணீர் தாகம், அளவுக்கு அதிகமாக சிறுநீர் கழித்தல், அளவுக்கு அதிகமான பசி, நிறைய சாப்பிட்டாலும் உடல் எடை குறைவு, கண் பார்வை மங்குதல் போன்றவற்றால் பாதிக்கப்பட்டிருக் கிறானா?

ஊட்டச்சத்து குறைபாடு என்றோ, பில்லி-சூனியத்தால் வந்த வினைகள் என்றோ நினைக்கிறீர்களா? என்னென்ன சிகிச்சை செய்தாலும் சரியாகவில்லையா? குழந்தைக்கு சர்க்கரை நோய் இருக்கிறதா என்பதை முதலில் ஆராய்ந்து பார்த்துக்கொள்ளுங்கள்.

பிறவியில் இருந்தே வரக்கூடிய சர்க்கரை நோயை ஜுவனைல் டயாபடிஸ் என்று சொல்வார்கள். இது, இன்சுலின் சார்ந்த நீரிழிவு நோய் அல்லது டைப்-1 எனப்படும். இதைப்பற்றி கொஞ்சம் விரிவாகத் தெரிந்துகொள்வோம்.

இன்சுலின் சார்ந்த நிலை (டைப்-1)

சிறுவர்கள் மற்றும் டீன்-ஏஜ் வயதினருக்கு வரும் சர்க்கரை நோயே டைப்-1 வகை.

இந்த நோய்க்கான அறிகுறிகள் திடீரென்று தோன்றும். பரிசோதனைகளை மேற்கொண்டு, இந்தப் பிரச்னை இருப்பதைத் தெரிவித்தால் நோயாளியும், அவருடைய பெற்றோரும் அதிர்ச்சிக்குள்ளாகிவிடுவார்கள்.

பெரியவர்களுக்கு வரும் சர்க்கரை நோய்க்கும் (டைப்-2), சிறுவர்களுக்கு வரும் சர்க்கரை நோய்க்கும் வித்தியாசம் உண்டு.

கணையத்தில் உள்ள இன்சுலின் சுரக்கும் பாகங்கள், ஏதோ ஒரு காரணத்தால் அழிக்கப்படுவதால், உடலுக்குத் தேவை யான இன்சுலினை உடலால் உற்பத்தி செய்துகொள்ள முடியாத நிலை உருவாகி இந்தப் பிரச்னை ஏற்படுகிறது. இதை ஆட்டோ இம்யூன் டிசீஸ் என்றும் சொல்கிறார்கள்.

நம் உடலில் நோய்க் கிருமிகளை அழிப்பதற்கு நோய் எதிர்ப்புச் சக்தி இருக்கிறது. சுற்றுச்சூழல் காரணிகள், பரம்பரை போன்றவற்றின் எதிர்மாறான தாக்கத்தால், நமது உடலுக்குள் இருக்கும் கணையச் சுரப்பியில் உள்ள பீட்டா செல்களைப் பாதுகாப்பு அணுக்கள் எதிரியாக நினைத்து, சில பல காரணங்களால் அழித்துவிடுவதால், உடலில் இன்சுலின் சத்து இல்லாமல் போய்விடுகிறது.

அதேபோல், பல காரணங்களால், கணையத்தில் உள்ள இன்சுலின் சுரக்கும் பீட்டா செல்களில் கோளாறு ஏற்படுதல்

அல்லது கணையத்தில் இன்சுலின் சுரக்கும் பாகங்கள் அழிந்து விடுவதால் இது தோன்றுகிறது. இதை டைப்-1 வகை சர்க்கரை நோய் என்று சொல்வார்கள். சர்க்கரை நோயாளி களில் சுமார் 5 சதவீதத்தினர் மட்டுமே இந்த வகையால் பாதிக்கப்படுகிறார்கள்.

மனிதன் உயிர் வாழ்வதற்கு, இன்சுலின் சத்து குறைந்த அளவிலாவது இருக்க வேண்டும். ஆனால், இள வயது சர்க்கரை நோயாளிகளின் இன்சுலின் சுரப்பு முற்றிலுமாகப் பாதிக்கப்பட்டு, உடலால் சர்க்கரையை உருவாக்க இயலாத நிலை உண்டாகிவிடுவதால், இன்சுலின் மருந்தை ஊசியாகப் போட்டுக்கொண்டால் மட்டுமே அன்றாட வாழ்க்கை நகர முடியும் என்ற அவலநிலை உண்டாகிவிடும்.

டைப்-1 வகை சர்க்கரை நோய்க்குக் காரணமான பல்வேறு ஜீன்கள் மற்றும் எண்ணற்ற வைரஸ்களை ஆய்வாளர்கள் அடையாளம் கண்டிருக்கிறார்கள். ஆனால், சர்க்கரை நோயை எந்தப் பொருள் குறிப்பாக உருவாக்குகிறது என்ற விஷயம் மட்டும் இன்னும் ஆய்வு நிலையிலேயே இருக் கிறது.

நோயாளிகளுக்கு இன்சுலினை கொடுத்தாலன்றி ரத்தச் சர்க்கரை அளவு குறையாது. அதைச் சார்ந்தே அவர்கள் வாழ்க்கைப் பயணம் தொடர்கிறது. இவர்களுக்கே சர்க்கரை நோய் சார்ந்த பெரும் பாதிப்புகள் நிகழ்கின்றன.

ஆனால், பெரியவர்களுக்கு வரும் சர்க்கரை நோய் அப்படி யில்லை. இன்சுலின் சுரக்கும். ஆனால், அது போதுமானதாக இருக்காது அல்லது சரியாகச் செயல்படாது. இதனால் ஏற்படுவதுதான் சர்க்கரை நோய். இவர்கள் குறையை நிறைவு செய்ய ஊசி போட்டுக்கொள்ள வேண்டும். இளம் வயது சர்க்கரை நோயாளிகள் இன்சுலின் ஊசியைத்தான் போட்டுக்கொள்ள வேண்டும். மாத்திரைகள் பலன் தராது. அதுபோன்ற நிலை இவர்களுக்குக் கிடையாது. மாத்திரை களே போதுமானது.

உங்கள் குழந்தையின் உடல் பாதிக்கப்பட்டிருப்பது தெரிய வந்தால், முதலில் சர்க்கரைப் பரிசோதனை செய்து பார்த்துக் கொள்ளுங்கள். குழந்தைகளுக்கு வரும் சர்க்கரை நோயை,

இன்சுலின் சார்ந்தது அல்லது இன்சுலின் டிபெண்டன்ட் (டைப்-1) என்று சொல்லலாம்.

இதைத் தவிர, சர்க்கரை நோயில் மேலும் மூன்று வகைகள் இருக்கின்றன. அவை,

1. இன்சுலின் சாரா நிலை (நான் இன்சுலின் டிபெண்டன்ட்)
2. குறைபட்ட சர்க்கரை ஏற்பு நிலை (இம்பெய்ர்ட் குளுக்கோஸ் டாலரன்ஸ்)
3. கணைய நோய் (பான்கிரியாடிக் டயாபடிஸ்)

இந்த மூன்று வகைகளைப் பற்றி அடுத்து பார்ப்போம்.

1. இன்சுலின் சாரா நிலை

சிறுவர்களுக்கு சர்க்கரை நோய் வந்தால், அவர்கள் எப்போதும் இன்சுலினை நம்பியே வாழவேண்டிய நிலை இருக்கும். அதற்கு, இன்சுலின் சார்ந்த நிலை என்று பெயர் என்று ஏற்கெனவே பார்த்தோம்.

அவ்வாறு இல்லாமல், நடுத்தர வயதுக்கு மேல் ஆரம்பிக்கும் சர்க்கரை நோயை, இரண்டாம் வகை சர்க்கரை நோய் (டைப்-2) அல்லது இன்சுலின் சாராத சர்க்கரை நோய் என்று சொல்வார்கள்.

இந்தப் பாதிப்பு ஏன் வருகிறது என்றால், இன்சுலின் ஹார்மோனை செல்கள் ஏற்க இயலாத நிலை உருவாவது/ கணையம் போதுமான இன்சுலினை சுரக்காதது. இப்படிப் பட்ட நிலையால், ரத்தத்தில் சர்க்கரையைக் கட்டுப்படுத்தும் திறன் முற்றிலுமாகக் குறைந்துவிடுகிறது.

இரண்டாம் வகை சர்க்கரை நோயால் சுமார் 95 முதல் 96 சதவீதத்தினர் வரை பாதிக்கப்படுகிறார்கள். இதற்கு முன்பெல்லாம், இந்த நோய் நடுத்தர வயதினருக்கு மட்டுமே வரக்கூடிய நோய் என்ற கருத்து இருந்தது. ஆனால், சிறுவர்களும் விடலைப் பருவத்தினரும்கூட இந்த நோயால் பாதிக்கப்பட்டிருப்பதும், அவர்களின் எண்ணிக்கை உயர்ந்து வருவதும் சமீபத்தில் கண்டறியப்பட்டுள்ளது.

இந்த நோயை உண்டாக்குவதில் பல்வேறு ஜீன்கள் ஒன்று சேர்ந்துகொள்கின்றன. கூடுதலாக, உடல் பருமனுடன் இந்த

நோய் அதிகத் தொடர்பு கொண்டுள்ளது. இந்த நோய் உள்ள சுமார் 80 சதவீதம் பேர் உடல் பருமன் உள்ளவர்கள்.

இரண்டாம் வகை சர்க்கரையின்போது, அறிகுறிகள் மிக மெதுவாக வெளிப்படுவதால், சர்க்கரை நோய் வந்துள்ளது என்பதை அவ்வளவு சுலபமாக யாரும் நம்பிவிட மாட்டார்கள்.

இதில், இன்சுலினுடைய செயல்பாட்டில் கோளாறு காணப் படுகிறது. அதன் செயல்பாட்டை ஊக்குவிக்கும் மருந்து களைக் கொடுக்கும் பட்சத்திலேயே, இவர்களது ரத்தத்தில் உள்ள சர்க்கரை அளவு குறைகிறது. இன்சுலின் ஊசி போட்டுத்தான் ஆக வேண்டும் என்ற நிலை இருக்காது.

இந்த வகை நோயாளிகள் பொதுவாக, நடுத்தர வயது உடையவர்கள். சிறிது எடை கூடிய உடல் வாகு உள்ளவர்கள். உடற்பயிற்சி இல்லாத சோம்பலான வாழ்க்கை முறையைக் கொண்டவர்கள்.

2. குறைபட்ட சர்க்கரை ஏற்பு நிலை

இதை, கர்ப்பக் கால சர்க்கரை நோய் (டைப்-3) என்று சொல் வார்கள். இந்த வகை சர்க்கரை நோயால், கர்ப்பிணிகளில் இரண்டு முதல் மூன்று சதவீதத்தினர் பாதிக்கப்படுகிறார்கள். கர்ப்பக் காலத்தில் அதிகரிக்கும் சர்க்கரையின் அளவு, பிரசவத்துக்குப் பிறகு இயல்பு நிலைக்குத் திரும்பிவிடும்.

கர்ப்பக் கால சர்க்கரை நோய், பொதுவாக கர்ப்பத்தின் இரண்டாவது கட்ட ஆறாவது மாதவாக்கில் உருவாகிறது.

சர்க்கரை நோய் - சுய பரிசோதனை கருவிகள்

ரத்தச் சர்க்கரை அளவை சுயமாக அறிந்துகொள்ள உதவும் கருவிகள் தற்போது உள்ளன. ஒரு சொட்டு ரத்தத்தை அந்தக் கருவியின் புள்ளியில் வைத்தால், மின்னணுவியல் முறையில் இயங்கும் இந்தக் கருவி, சில நொடிகளிலேயே ரத்தச் சர்க்கரை அளவைக் காட்டிவிடும். கைக்கு அடக்கமாக இருக்கும் இந்தக் கருவியின் விலை. ரூ.3000 - 5000 வரை. சிறுநீரில் சர்க்கரையின் அளவைப் பரிசோதித்துப் பார்க்கும் பட்டைக் குச்சிகளும் புழக்கத்தில் உள்ளன.

இது, குழந்தை பிறந்த பிறகு சரியாகிவிடும். பாதிக்கப்பட்ட கர்ப்பிணிகள், பிற்காலத்தில் சர்க்கரை நோயால் அவதியுறும் வாய்ப்பும் அதிகமாக உள்ளது.

சிக்கல்கள்

கர்ப்பக் காலத்தில் சர்க்கரை நோய் இருந்து, அதைக் கவனிக் காமல் விட்டால் குறை பிரசவம் ஏற்படும் அல்லது பிறக்கும் குழந்தை இறந்து பிறக்கும்.

உயிரோடு பிறந்தாலும், நான்கு கிலோவுக்குக் கூடுதல் எடை கொண்டதாகப் பிறக்கும். சில சமயம், தாய்க்கும் உயிரிழப்பு ஏற்பட வாய்ப்பு உண்டு. பிறந்த குழந்தைக்கு, பிற்காலத்தில் சர்க்கரை நோய் வரவும் வாய்ப்பு உண்டு.

எனவேதான், சர்க்கரைப் பரிசோதனையை கர்ப்பிணிகள் அடிக்கடி மேற்கொள்ள வேண்டும் என்று வலியுறுத்தப் படுகிறார்கள். கர்ப்பக் காலத்தில் சர்க்கரை நோய் வந்தால், பிரசவம் முடியும்வரை ரத்தச் சர்க்கரை அளவைக் கட்டுப் படுத்திக்கொள்ளும் வழிமுறைகளை அவசியம் அறிந்து கொள்ள வேண்டும். இதன்மூலம், தாய்க்கும் குழந்தைக்கும் ஏற்படும் பாதிப்புகளைக் கட்டுப்பாட்டுக்குள் வைத்துக் கொள்ளலாம்.

உணவில் சர்க்கரை அளவுடன் இருந்தாலோ, இயல்பான உழைப்புடன் வாழ்ந்தாலோ நோய் வெளியே தெரியாது. சர்க்கரை அளவு சீருடன் இருக்கும். ஆனால், மேற்கூறிய காரணங்களால் ஏற்படும் வளர் சிதை மற்றும் வேதியியல் மாற்றங்களால், அந்தச் சூழலில் மட்டும் சர்க்கரை அளவு அதிகரித்து, சூழல் விலகியவுடன் குறைந்து சரியாகிவிடும்.

குறிப்பாக, கருவுற்ற தாய்மார்களுக்கு இந்த நிலை ஏற்பட்டால், அவர்கள் பிரசவ காலத்தில் மட்டும் மருத்துவம் பார்த்துக்கொண்டால் போதும். குழந்தை பிறந்த பிறகு, சர்க்கரை அளவு இயல்பு நிலைக்குத் திரும்பிவிடும்.

3. கணைய நோய்

உடற்பயிற்சி மேற்கொள்ளுதல், ஆரோக்கியமான வாழ்க்கை முறை போன்றவற்றை மேற்கொண்டிருந்தும், மது

அருந்துதல் மற்றும் பிற உடலியல் பாதிப்புகளால் கணையத்தில் அழற்சி, புற்றுநோய் ஆகியவை காரணமாக லாங்கர் ஹான் திட்டுத் திசுக்கள் பாதிக்கப்படுவதால், இன்சுலின் சுரக்கும் திசுக்கள் நேரடியாகத் தாக்கப்படும்போது, அதன் பணிகள் பாதிக்கப்பட்டு, சர்க்கரை நோய் உண்டாகிவிடுகிறது. இதை நான்காம் நிலை சர்க்கரை நோய் (டைப்-4) என்கிறார்கள்.

பிற நோய்களுடன் துணை நோயாகவோ அல்லது மற்ற நோய்களுக்காகச் சாப்பிடும் மருந்துகளின் காரணமாக இன்சுலின் உற்பத்தி பாதிக்கப்படுவதாலோ, அட்ரீனல் அல்லது பிட்யூட்டரி சுரப்பிக் கோளாறுகள், மையோடோனிக் டிஸ்டிரோஃபி எனப்படும் தசை அழிவு நோய் காரணமாகவும், கார்டிகோ ஸ்டீராய்டுகள் காரணமாகவும் இந்த நிலை தோன்றும்.

சர்க்கரை நோயாளிகளில் சுமார் ஒரு சதவீதத்தினர், இத்தகைய பாதிப்புக்கு ஆளாகிறார்கள். கணைய அழற்சியால் ரத்தத்தில் சர்க்கரையின் அளவு அதிகரிக்கும்.

8

சர்க்கரை நோய்க்கான அறிகுறிகள்

சர்க்கரை நோய் யாருக்கோ வரப்போகிற நோய். இதற்கான அறிகுறிகளை அறிந்துகொள்ள வேண்டிய அவசியம் நமக்கென்ன வந்தது என்று நினைப்ப வர்கள், கீழே உள்ள புள்ளி விவரங்களைக் கொஞ்சம் தெரிந்துகொள்ளுங்கள்.

இந்தியாவில், சர்க்கரை நோயாளிகள் 60 லட்சம் பேர். அறிகுறிகள் தெரியாமல் வாழ்ந்துகொண் டிருப்பவர்கள் எண்ணிக்கையும் சுமார் 60 லட்சம் தான்.

மற்ற நாட்டினரைவிட, இந்தியர்கள்தான் மிக வேக மாக சர்க்கரை நோய்க்கு ஆளாகிறார்கள்.

தற்போது உள்ள புள்ளி விவரப்படி, உலக முழு வதும் சுமார் 15 கோடி பேர் சர்க்கரை நோயாளிகள்.

இந்தியாவில், நாற்பது வயதுக்கு கீழ் 38 சதவீதத் தினரும், இருபத்தைந்து வயதுக்குக் கீழ் 5 சதவீதத் தினரும் இந்த நோயால் பாதிக்கப்பட்டுள்ளார்கள். 2025-ம் ஆண்டுவாக்கில் இது இரண்டு மடங்கு ஆகலாம். அதிலும் குறிப்பாக, வளரும் நாடுகளில் இந்த நோயின் பரவல் வேகம் 170 சதவீதமாக அதிகரித்திருக்கிறது.

ஆராய்ச்சியாளர்களின் கூற்றுப்படி, 2025-ம் ஆண்டு வாக்கில், இந்தியாவில் மட்டும் சுமார் ஆறு கோடி

கண்டறியப்பட்ட சர்க்கரை நோயாளிகள் இருப்பார்கள். சீனாவில் மூன்றே முக்கால் கோடியும், அமெரிக்காவில் இரண்டேகால் கோடி பேரும் இந்த நோயால் பாதிக்கப் பட்டிருப்பார்கள்.

இந்த நோயை விரைவாகக் கண்டறிந்து தடுக்காவிட்டால், உலகம் முழுவதும் அடுத்த இருபது ஆண்டுகளில் 57 கோடி பேர் சர்க்கரை நோயால் தாக்கப்பட்டிருப்பார்கள்.

கடந்த இருபது ஆண்டுகளில்தான் சர்க்கரை நோயின் கடுமை மிகத் தீவிரம் அடைந்திருக்கிறது. நோயாளிகளில் பாதி பேருக்கு சர்க்கரை நோய்க்கான எந்த அறிகுறிகளும் தெரிவ தில்லை. இதனால், சர்க்கரை நோய் வந்திருக்கிறது என்பது அவர்களுக்குத் தெரிவதில்லை.

கடந்த 50 ஆண்டுகளுக்கு முன் இருந்ததைவிட, சர்க்கரை நோயாளிகளின் எண்ணிக்கை இந்தியாவில் பல மடங்கு அதிகரித்துள்ளது. தற்போது, கிராமப்புற மக்களில் சுமார் மூன்று முதல் நான்கு சதவீதத்தினரும், நகர்ப்புறங்களில் பத்து முதல் பன்னிரண்டு சதவீதத்தினரும் பாதிக்கப்பட்டிருக் கிறார்கள்.

அறிகுறிகள்

சர்க்கரை நோய் இவ்வளவு அதிகமாகப் பரவுவதற்கு வாய்ப்பு இருந்தும், அதைப்பற்றி பலர் ஏன் அறிந்துகொள்ளாமல் இருக்கிறார்கள் என்பது வேடிக்கையாக இருக்கிறது.

நமக்கு ஏன் வரப்போகிறது என்ற அஜாக்கிரதையா? சர்க்கரை சாப்பிட்டால்தானே சர்க்கரை நோய் வரும் என்ற அறியாமையா? எதுவாக இருந்தாலும் இந்த நோயைப் பற்றிய அறிவு மக்களிடையே போதுமான அளவில் இல்லை என்பதுதான் சர்க்கரை நோய் அதிகமாவதற்குக் காரணம். பெரும்பாலும், சர்க்கரை நோய் எந்த அறிகுறிகளையும் வெளிப்படுத்தாமல் வந்துவிடும். இதனால்தான், இதை யாரும் கவனிப்பதில்லை.

குறிப்பாக, கிராமப்புறங்களில் இருப்பவர்களும், நடுத்தரக் குடும்பங்களில் வாழும் தொழிலாளிகளும், சராசரி வருமான வரம்பு உள்ளவர்களும் சர்க்கரை நோயின் தீவிரத்தைப் பற்றி

அறிந்து, பரிசோதனைகளை மேற்கொள்வதில்லை. பொதுவாக, ஏதேனும் நோய்க்காக அல்லது வேறு ஏதேனும் சூழல்களில்தான் சர்க்கரைப் பரிசோதனை மேற்கொள்ளப்படுகிறது.

ரத்தத்தில் சர்க்கரை அளவு தீவிரமாக அதிகரிக்கும்போது எடுக்கப்படும் பரிசோதனைகள் அல்லது மறைமுக அறிகுறிகள் ஆகியவற்றைக் கொண்டு தங்களுக்கு உள்ள சர்க்கரை நோயை அறிந்துகொள்கிறார்கள். எனினும், சில வேளையில் பின்வரும் அறிகுறிகள் இந்த நோய் இருப்பதை உணர்த்தும்.

★ மிகையான தாகம் மற்றும் சிறுநீர்ப் பெருக்கு

ரத்தத்தில் சர்க்கரை அதிகரிக்கும்போது, சிறுநீரகத்தால் அனைத்து சர்க்கரையையும் வடிகட்ட முடிவதில்லை. ரத்த ஓட்டத்தில் உள்ள சர்க்கரை அதனுடன் நீர்ச்சத்தையும் உடன் கொண்டு செல்லும். இதனால்தான், சர்க்கரை நோய் இருக்கும்போது அதிகமாகவும், அவ்வப்போதும் சிறுநீர்ப் பெருக்கு ஏற்படுகிறது. அடிக்கடி சிறுநீர் கழிக்க வேண்டும் என்ற உணர்வும், உந்துதலும்கூட ஏற்படும். இவ்வாறு உடல் திசுக்களில் இருந்து நீர் வடியும்போது தாகம் எடுக்கும். குறிப்பாக, இரவில் தாகம் அதிகரித்தல், தொண்டை வறண்டு போதல் போன்றவை இருக்கும்.

★ நீடித்த களைப்பு மற்றும் தளர்ச்சி

உடலின் முக்கிய எரிபொருளாக விளங்குவது சர்க்கரை. சர்க்கரை நோய் இருக்கும்போது, சர்க்கரையானது செல்களுக்குக் கிடைப்பதில்லை. இதனால், எப்போதும் களைப்பாகவும், சோர்வாகவும், பலவீனமாகவும் இருக்க நேரிடுகிறது.

★ குறை எடை/ மிகை எடை

செல்களுக்குத் தேவையான குளுக்கோஸை இன்சுலின் அளிக்க இயலாததால், தாங்கள் பட்டினி கிடப்பதாக மூளைக்கு செல்கள் தகவல் அனுப்பும். இதை ஈடு செய்வதற்காக, இரைப்பைக்கு மூளை தகவல் அனுப்பி பசியைத் தூண்டும்.

இழப்பை ஈடு செய்வதற்காக, உடல் தொடர்ந்து போராடுவதால் அதிகமாகச் சாப்பிடத் தோன்றும். இதன் காரணமாக, உடல் எடை அதிகரிக்கும். சிலருக்கு, இது எதிர் மாறாக இருக்கும். அதிகமாகச் சாப்பிட்டாலும் எடை குறையும். இந்த நிலை, டைப்-1 சர்க்கரை நோயின்போது பரவலாகக் காணப்படும்.

★ மெதுவாக ஆறும் காயமும், சிராய்ப்பும்

சர்க்கரை நோயாளிகளின் ரத்தத்தில் அதிக குளுகோஸ் இருக்கும்போது காயத்தை ஆற்றும் உடலின் இயல்பான தன்மை மாறுவதால் காயங்கள் எளிதில் ஆறாது.

தவிர, இவர்களின் திசுக்கள் நோயின் பாதிப்பால் மிகவும் மென்மையாக மாறிவிடுவதால் நோய்த் தொற்றும் அதிகமாக இருக்கும்.

★ சருமம், சிறுநீர்த் தாரை, பிறப்பு உறுப்புகளில் நோய்த்தொற்று

சரும அடுக்குகள் பாதிப்படைந்து மெலிந்துவிடுவதோடு, அதன் நோய்த் தடுக்கும் திறனை சர்க்கரை நோய் குறைத்து விடுகிறது. இதனால், நோய்த்தொற்றுகளை எதிர்க்கும் சக்தியும் குறைந்துவிடுகிறது.

அடிக்கடி சிறுநீர் கழிக்கவேண்டி இருக்கும் நிலையில், சிறுநீர்ப்பை, பிறப்பு உறுப்புப் பகுதிகளைச் சுத்தமாக வைத்துக்கொள்ளாமையால் அவ்வப்போது நோய்த்தொற்று ஏற்படுவது சர்வ சாதாரணம். ஆண்-பெண் இருவருக்குமே பிறப்பு உறுப்புப் பகுதிகளில் கொப்புளங்களும் தோன்றும். சருமம் வறண்டு நமைச்சலுடன் இருக்கும்.

★ ஈறுதேய்தலும், பற்கள் விழுதலும்

ரத்தத்தில் உள்ள அதிகச் சர்க்கரையானது வாயில் உள்ள ஈறுகளை வலுவிழக்கச் செய்து, நோய் எதிர்ப்புத் திறனையும் குறைத்துவிடுகிறது.

இதனால், ஈறுகளில் மட்டுமின்றி தாடை எலும்புகளிலும் நோய்த்தொற்றுகள் எளிதில் ஏற்படுகின்றன. இதன் காரணமாக, வாய் துர்நாற்றம், ஈறுகளில் ரத்தக்கசிவு மற்றும் சீழ்ப்

பிடித்தல், ஈறுகளில் இருந்து பற்கள் கழன்றுகொள்ளுதல், பற்கள் ஆடுதல் போன்றவை ஏற்படுகின்றன.

★ கை கால்களில் வீக்கமும், குத்தும் உணர்வும்

நாள்பட்ட சர்க்கரை நோய், நரம்புகளை வலுவிழக்கச் செய்து விடும். குறிப்பாக, கை கால்கள் மரத்துப்போதல் மற்றும் குத்துவது போன்ற உணர்வு தோன்றும். இந்தப் பாதிப்பு இருப்பவர்களின் கால்களிலும், பாதங்களிலும், கையின் பகுதிகளிலும் எரிச்சல் உணர்ச்சி இருக்கும்.

ஜீரணத்தைத் துரிதப்படுத்தும் நரம்புகள் சேதமடைவதால், எப்போதும் குமட்டல் உணர்வும், நெஞ்சில் குத்துவது போன்ற உணர்வும், கூடவே வயிற்றுப்போக்கு அல்லது மலச் சிக்கல் ஆகியவையும் இருக்கும்.

★ கண் பார்வைக் குறைபாடு

ரத்தத்தில் உலுள்ள அதிகமான சர்க்கரை, கண்களில் உள்ள சிறிய நரம்புகளைப் பாதித்துவிடுவதோடு, இயற்கை லென்ஸுகளின் ஹைட்ரேஷன்களை தாக்கிச் சேதப்படுத்தி விடுகின்றன. இதனால், பார்வைக் குவியம் தடைபடுகிறது.

சர்க்கரையைக் கட்டுப்பாட்டுக்குள் வைத்துக்கொண்டால், இந்தப் பிரச்னையைச் சரிப்படுத்திவிடலாம்.

நாள்பட்ட சர்க்கரையால், கண் நரம்புகளில் ரத்தக் கசிவு ஏற்படும். நரம்புகளில் தோன்றும் ரத்த ஒழுக்கினால் எந்த அறிகுறியும் தெரியாது என்றாலும், கண்களில் கறுமை நிறப் புள்ளிகளும், சில சமயம் பார்வை இழப்பும் ஏற்படும்.

★ பிற அறிகுறிகள்

சர்க்கரையைக் கட்டுப்பாட்டுக்குள் வைத்துக்கொள்ளா விட்டால், பெரிய மற்றும் சிறிய ரத்த நாளங்கள் அனைத்தும் பாதிக்கப்படும். இதுதான் பல்வேறு சிக்கல்களுக்கு ஆணி வேர்.

குறிப்பாக, சிறுநீரகச் செயலிழப்பு, இதயச் செயழிப்பு, பக்க வாதம் போன்றவை வரும். ரத்தச் சர்க்கரையைக் கட்டுப்

பாட்டில் வைத்துக்கொண்டால் பிரச்னைகளைச் சரிசெய்து கொள்ளலாம்.

சர்க்கரை நோயின் தாக்கம் வெளியே தெரிதல்

மற்ற நோய்களுக்கு, அறிகுறிகள் வெளியே தெரியும். இதை வைத்து, தங்களுக்கு இன்ன நோய் வந்திருக்கிறது என்று அறிந்துகொள்ள முடியும்.

காய்ச்சலாக இருந்தாலும், மூட்டு நோய்களாக இருந்தாலும், சிறுநீரகக் கற்களாக இருந்தாலும், அவற்றுக்கான அறி குறிகள் தெரியும். ஆனால், சர்க்கரை நோய்க்கான அறிகுறிகள் எதுவும் துவக்கத்தில் இல்லாததால், அதன் தாக்கம் உடனடி யாக வெளியே தெரியாது.

பாதிப்புகள் எதுவும் துவக்கத்தில் தெரியாததால், தங்களுக்கு சர்க்கரை நோய் இருப்பதைப் பலரால் அறிந்துகொள்ள முடிவதில்லை. இதனால், நோயானது முற்றி உள் உறுப்பு களைப் பாதிக்கும்போதுதான், இதைப்பற்றி அவர்கள் அறிந்துகொள்கிறார்கள்.

ஆகவே, எந்த ஒரு பிரச்னையாக இருந்தாலும், பரிசோதனை தான் ஒரே வழி. பரிசோதனை மூலம்தான் சர்க்கரை நோயைக் கண்டுபிடிக்க முடியும். ஆரம்பத்திலேயே கண்டுபிடித்து விட்டால், பிரச்னை பெரிதாகாமல் தவிர்க்கலாம்.

9

உடலை, சர்க்கரை நோய் பாதிக்கும் விதம்

நாம் சாப்பிடும் உணவில் மாவுச் சத்து, புரதச் சத்து மற்றும் கொழுப்புச் சத்து ஆகியவை உள்ளன என்பதை ஏற்கெனவே பார்த்தோம்.

மாவுச் சத்து என்பது கார்பன், ஹைட்ரஜன், ஆக்சிஜன் ஆகிய மூன்றும் அடங்கியது. இதனால் தான், இதை கார்போஹைட்ரேட் என்று ஆங்கிலத்தில் சொல்கின்றனர்.

கார்போஹைட்ரேட்டானது, மோனோசாக்ரைடுகள், டைசாக்ரைடுகள் மற்றும் பாலிசாக்ரைடுகள் என்று மூன்று சர்க்கரைப் பொருள் வகைகளாகப் பிரிக்கப் படுகிறது. இவை மூன்றும்தான் ஜீரண நீர், கல்லீரல், கணையம், பித்த நீர் ஆகிய திரவங்களோடு சேர்ந்து கிளைகோஜென் என்ற பொருளாக மாற்றப்பட்டு சேமிக்கப்படுகிறது.

ரத்தத்தில் உள்ள குளுக்கோஸை சக்தியாக மாற்றுவதற்கு, கணையத்தில் இருந்து இன்சுலின் என்ற ஹார்மோன் சுரக்கிறது. இது சரியாகச் சுரக்காததாலோ அல்லது குறைவாகச் சுரப்பதாலோ அல்லது இன்சுலின் சரியாகச் செயல்படாததாலோ, சர்க்கரை சக்தியாக மாற்றப்படாமல் ரத்தத்தில் அதன் அளவு அதிகரித்துவிடும். இவ்வாறு சர்க்கரை அதிகரிப்பதைத்தான், சர்க்கரை நோய் என்று சொல்கிறோம்.

துவக்கத்தில், ரத்தத்தில் குளுக்கோஸ் அளவு அதிகரிப்பதால், ரத்தக் குழாய்கள் சேதம் அடைகின்றன. உடல் உறுப்பு களுக்கு சரியான ரத்த ஓட்டம் கிடைக்காததால், ஒவ்வொரு திசுவும், பிறகு உறுப்பும் பாதிப்புக்கு உள்ளாகின்றன.

சர்க்கரை நோயின்போது ரத்தக் குழாய் சுருங்குதல்

பொதுவாக, சர்க்கரை நோய் துவங்கும்போதே இன்சுலின் சுரப்பு இருந்தாலும்கூட அது முழுமையாக வேலை செய்யாது. இதனால், கல்லீரலில் கொழுப்புச் சத்து பிரிக்கப் படும் செயல்பாட்டில், சிறிது சிறிதாகப் பிரச்னைகள் தோன்ற ஆரம்பித்து, ரத்தத்தில் கெட்ட கொழுப்புகள் படிய ஆரம்பிக்கும்.

இவ்வாறு படியும் கொழுப்புகள், பற்களின் மீது படியும் மஞ்சள் நிறக் கறைகளைப்போல், ரத்த நாளச் சுவரிலும் படிந்து, குழாய்களின் உள்பக்கச் சுற்றளவைக் குறைக்க ஆரம்பிக்கும். நாளடைவில், அந்த வழியே ரத்தப் போக்கு வரத்து சரியாக நடைபெற முடியாத அளவுக்கு ரத்தக் குழாய்கள் சுருங்கிவிடும். அது மட்டுமல்ல, ரத்த ஓட்டம் இல்லாததால், திசுக்களுக்கு குளுக்கோஸை வழங்கும் ரத்த நாளங்களின் முனைப் பகுதிகளான தந்துகிகள் (காப்பில்லரி) பாதிக்கப்படும்.

இந்த தந்துகிகள், கை கால்கள், பாதம், விரல்கள் போன்ற இடங்களில் சற்றுக் கடினமாகவும், கண், மூளை போன்ற இடங்களில் மென்மையாகவும் இருக்கும். சர்க்கரையால் இவற்றின் நுனிப் பகுதிகள் விரிவடைந்து அல்லது நைந்து சிதைந்துவிடுவதால், ரத்தக் கசிவு, பிறகு அழிதல் என்று பல பிரச்னைகள் உருவாகும்.

இவ்வாறு, ரத்தக் குழாய்கள் சிதைந்து சுருங்குவதால், ரத்த அழுத்தம் அதிகமாகும். இதயப் பிரச்னைகள் உருவாவதால், அடிக்கடி நெஞ்சு வலிக்க ஆரம்பிக்கும். சில சமயம், திடீரென மாரடைப்பும் வரலாம்.

பொதுவான ரத்த நாளங்கள் மற்றும் இதய ரத்த நாளங்கள் சிதைவதால், இதயத்துக்கு ரத்த ஓட்டம் செல்வதில் பிரச்னைகள் ஏற்பட்டு மாரடைப்பு, இதயம் செயல்படாத நிலை வருவது உள்பட பல்வேறு பிரச்னைகள் உடலில்

தோன்றும். மூளைக்கு ரத்த ஓட்டம் செல்வது தடைபடுவதால் பக்கவாதம் வந்துவிடும்.

ஆண் உறுப்புக்கு ரத்த ஓட்டம் செல்லாததாலும், அங்குள்ள நரம்புகள் பாதிக்கப்படுவதாலும் ஆண்மைக் குறைவு நேரிடும். கால்களுக்குச் செல்லும் ரத்த நாளங்கள் பாதிக்கப்படும்போது, ரத்த ஓட்டம் மற்றும் ஆக்சிஜன் இல்லாமல் கால்கள் அழுகி அவற்றை அகற்றவேண்டி இருக்கும்.

இவையெல்லாம், ரத்த நாளங்களில் சர்க்கரை நோய் உண்டாக்கும் பாதிப்புகளாகும்.

நரம்பு பாதிப்புகள்

நரம்புகள் சரியாக வேலை செய்யாவிட்டால், திசுக்களில் இருந்து மூளைக்குச் சரியான தகவல்கள் போகாது. தொடு உணர்வைக் கடத்தும் நரம்புகளின் முனைகள் அழுகுவதால், தொடு உணர்ச்சி இல்லாமல்போவதைத் தொடர்ந்து பிரச்னைகள் உருவாகும். சர்க்கரை நோய், ஒவ்வொரு உறுப்பையும் கொஞ்சம் கொஞ்சமாகப் பாதிக்கும்.

உதாரணத்துக்கு, சர்க்கரை நோயால் சிறுநீரகத்தின் ரத்தக் குழாய்களில் விரிசல், அடைப்பு, சிதைவு, ரத்தக் குழாய் தடித்தல் போன்றவை ஏற்பட்டு, கடைசியில் சிறுநீரகம் முழுமையாகப் பாதிக்கப்படும்.

கர்ப்பிணிக்கு சர்க்கரை நோய் உண்டாகும் விதம்

கர்ப்பக் காலத்தில், கூடுதலாக ஹார்மோன் உற்பத்திகள் அதிகமாக இருக்கும். தாயின் உடலில் ரத்தத்தின் அளவு அதிகரிக்கும். அதிகரிக்கும் ரத்த அளவுக்கு ஏற்ப ரத்தச் சர்க்கரையின் அளவும் அதிகரிக்கும். இந்த அளவை ஈடுசெய்வதற்காக, அதிகமான இன்சுலினை கணையம் சுரக்க வேண்டி இருக்கும்.

இந்தச் செயல்பாட்டில் குறைபாடு தோன்றி கணையம் போதுமான இன்சுலினை சுரக்காவிட்டால், ரத்தச் சர்க்கரை அளவு அதிகரிக்கும். இப்படித்தான், கர்ப்பக் காலத்தில் சர்க்கரை நோய் ஏற்படுகிறது. இதைப் பரிசோதனை செய்யாவிட்டால்,

தாய்க்கு சர்க்கரை நோய் இருப்பது தெரியாது. ஆனால், குழந்தை பிறந்ததும் இந்தப் பிரச்னை சரியாகிவிடும்.

கர்ப்பக் கால சர்க்கரையால் ஏற்படும் பாதிப்புகள்

கர்ப்பக் காலத்தில், சுமார் 16 - 17 சதவீதப் பெண்கள் சர்க்கரை நோயால் பாதிக்கப்படுகிறார்கள்.

கருத்தரித்த காலத்தில் சர்க்கரை நோய் இருந்து குழந்தை பிறக்க நேரிட்டால், குறை பிரசவம், அதிக எடையுடன் குழந்தை பிறத்தல், வயிற்றிலோ அல்லது பிறந்த உடனேயோ குழந்தை இறந்துவிடுதல், பிறவியிலேயே ஊனமாகப் பிறத்தல் போன்ற தீவிரமான பாதிப்புகள் ஏற்பட வாய்ப்பு இருக்கிறது.

சர்க்கரை நோய் இருப்பதற்கான அறிகுறிகள்

இரவு நேரத்தில் அதிகமான தாகம். தொண்டை வறண்டு விடுதல், அதிகமான சிறுநீர் பிரிதல், இன்சுலின் குறைவதால் திசுக்கள் சுருங்கி எடை குறைந்துவிடுதல், களைப்பு, படுத்துக் கொண்டே இருக்க வேண்டும் என்ற உணர்வு, மலச்சிக்கல், கை கால்களில் ஊசியால் குத்துவது போன்ற உணர்வு, தோலுக்கு அடியில் குறிப்பாக, முதுகு மற்றும் பிறப்பு உறுப்புப் பகுதிகளில் அரிப்பு, மங்கலான கண் பார்வை, அடிக்கடி கிருமிகளால் நோய்த்தொற்று ஏற்படுதல் போன்றவை, சர்க்கரை நோயின் பொதுவான அறிகுறிகள்.

10

சர்க்கரை நோய்க்கான பரிசோதனைகள்

சர்க்கரை நோய்க்கான பரிசோதனையை எப்போது மேற்கொள்ள வேண்டும் என்ற குழப்பமே வேண்டாம். எல்லோருமே, சர்க்கரை நோய்க்கான பரிசோதனைகளை மேற்கொள்ள வேண்டியது அவசியம்.

கீழே குறிப்பிடப்படும் அனைவருமே சர்க்கரை நோய்க்கான பரிசோதனைகளைக் கண்டிப்பாக மேற்கொள்ள வேண்டும்.

சர்க்கரை நோய் வரும் வாய்ப்பு உள்ளவர்கள்

பெற்றோர் இருவருக்கும் சர்க்கரை நோய் இருந்தால், அவர்களுடைய குழந்தைகளுக்கு இந்த நோய் வருவதற்கு 99 சதவீதம் வாய்ப்பு இருக்கிறது.

பெற்றோரில் யாருக்கேனும் ஒருவருக்கு மட்டும் இந்த நோய் இருந்தால், குழந்தைகளுக்கு வரும் வாய்ப்பு 40 சதவீதம். பெற்றோரில் ஒருவருக்கும், நெருங்கிய உறவினரில் யாராவது ஒருவருக்கு இந்த நோய் இருந்தால், குழந்தைக்கு வரும் சர்க்கரை நோய் வரும் வாய்ப்பு 70 சதவீதம்.

வயிற்றுப் பகுதியில் அதிகக் கொழுப்பு இருத்தல், அதிக உடல் பருமன், புகை மற்றும் மதுப் பழக்கம், அடிக்கடி டென்ஷன் ஆதல் போன்ற பிரச்னை

உள்ளவர்களுக்கும், மன அழுத்தம் உள்ளவர்களுக்கும், அடிக்கடி குழந்தை பெற்றுக்கொள்ளும் பெண்களுக்கும் சர்க்கரை நோய் வரும் வாய்ப்புகள் அதிகம்.

பரிசோதனைகள்

சர்க்கரை நோய்ப் பரிசோதனையை எப்போதெல்லாம் செய்துகொள்ள வேண்டும் என்பதைத் தெரிந்துகொண்டால், நோயைக் கட்டுப்படுத்தும் வழிமுறைகளை அறிந்துகொள்ள முடியும். அவ்வாறே, நோய் வராவிட்டாலும், தொடர்ந்து அந்த நோய் நம்மைத் தாக்காமல் பார்த்துக்கொள்ள முடியும்.

நீங்கள் 30 வயதைக் கடந்தவர் என்றால், ஆண்டுக்கு ஒருமுறை ரத்தப் பரிசோதனை செய்துகொள்ளுங்கள். சர்க்கரை நோயாளி என்றால், மூன்று மாதத்துக்கு ஒருமுறை ரத்தப் பரிசோதனை செய்து, நோய் கட்டுக்குள் இருக்கிறதா என்பதைத் தெரிந்துகொள்ளுங்கள்.

உங்களுக்கு சர்க்கரை நோய் இருப்பது தெரியவரவில்லை என்றால், வெறும் வயிற்றில் சர்க்கரைப் பரிசோதனை செய்துகொள்ள வேண்டும். ரத்தச் சர்க்கரை அளவு 60 முதல் 110 மில்லி கிராம் வரை இருந்தால், அது இயல்பு நிலை. கூடுதலாக இருந்தால் சர்க்கரை இருப்பதாக அர்த்தம்.

சாப்பிட்டு இரண்டு மணி நேரம் கழித்தும் சர்க்கரைப் பரிசோதனை செய்துகொள்ளலாம். அப்போது, ரத்தச் சர்க்கரை அளவு 80 முதல் 140 மில்லிகிராம் வரை இருந்தால், உங்களுக்கு சர்க்கரை நோய் இருக்கிறது என்று அர்த்தம். இந்த விவரங்களை அறிய நேர்ந்தாலோ அல்லது தற்செய லாகவோ பரிசோதனை மேற்கொள்வது நல்லது.

சர்க்கரை நோய்க்கான பரிசோதனை செய்த அன்றுதான் சர்க்கரை நோய் இருப்பது தெரியவருமா? என்ற சந்தேகம் பரவலாக இருக்கலாம். அப்படி கிடையாது.

எந்தவித அறிகுறிகளும் இல்லாமல் பல ஆண்டுகளாக சர்க்கரை நோய் இருந்திருக்கலாம். இதனால், உள் உறுப்பு களும் பாதிக்கப்பட்டிருக்கலாம். ஒருமுறை பரிசோதித்த பிறகு, சர்க்கரை நோய் இருப்பது தெரிய வந்திருந்தால், அது எப்போதோ உங்கள் உடலுக்குள் குடி வந்துவிட்டது என்பதைத் தெரிந்துகொள்ளுங்கள்.

சர்க்கரை நோய் கட்டுப்பாட்டுக்குள் இருப்பதை எவ்வாறு தெரிந்துகொள்ள முடியும்? என்ற சந்தேகமும் பலருக்கு இருக்கத்தான் செய்கிறது.

சர்க்கரையின் அளவு, சாப்பாட்டுக்கு முன் வெறும் வயிற்றில் 80 முதல் 120 மில்லி கிராமுக்குள் இருந்தாலும், சாப்பிட்டு இரண்டு மணி நேரம் கழித்து 140 முதல் 160 மில்லி கிராமுக்குள் இருந்தாலும், நோய் கட்டுப்பாட்டுக்குள் இருக்கிறது என்று அர்த்தம். இந்த அளவுகளைவிட அதிகமாக இருந்தால், சர்க்கரை நோய் கட்டுப்பாட்டில் இல்லை என்பதை அறிந்துகொண்டு, மருத்துவரின் ஆலோசனை பெறுவது நல்லது.

என்னிடம் வரும் நோயாளிகள் பலர், 'முதன்முதலாக சர்க்கரை நோய் பரிசோதனைக்குச் சென்றேன். முதல் கட்ட பரிசோதனையிலேயே நோய் கட்டுப்பாட்டில் இல்லை என்று சொல்கிறார்கள். இதை உறுதி செய்துகொள்ள வேண்டும் என்றால், எது மாதிரியான பரிசோதனைகளை மேற்கொள்ள வேண்டும்?' என்று கேட்பார்கள்.

முதலில், இயல்பான சர்க்கரை அளவைத் தெரிந்துகொள்ள வேண்டும். அதற்குப் பிறகு, கீழே கொடுக்கப்பட்டுள்ள பரிசோதனைகளைப் பற்றி தெரிந்துகொள்ளுங்கள்.

ரத்தத்தின் இயல்பான சர்க்கரை அளவு

★ **16 வயதுக்கு உள்பட்டவர்கள்**

- சாப்பிட்டு 8 மணி நேரம் அல்லது வெறும் வயிற்றில் - 100 மில்லி கிராம்
- சாப்பிட்ட ஒரு மணி நேரத்தில் - 180 மில்லி கிராமுக்கும் கீழ்
- சாப்பிட்டு 2 மணி நேரம் கழித்து - 120 மில்லி கிராமுக்கும் கீழ்

★ **16 வயதுக்கு மேற்பட்டவர்கள்**

- சாப்பிட்டு 8 மணி நேரம் அல்லது வெறும் வயிற்றில் - 115 மில்லி கிராமுக்கும் குறைவாக
- சாப்பிட்ட ஒரு மணி நேரத்தில் - 180 மில்லி கிராமுக்கும் கீழ்

- சாப்பிட்டு 2 மணி நேரம் கழித்து - 120 மில்லி கிராமுக்கும் கீழ்

★ **கர்ப்பிணிகள்**

- சாப்பிட்டு 8 மணி அல்லது வெறும் வயிற்றில் - 90 மில்லி கிராமுக்கும் கீழ்
- சாப்பிட்ட ஒரு மணி நேரத்தில் -170 மில்லி கிராமுக்கும் கீழ்
- சாப்பிட்டு 2 மணி நேரம் கழித்து- 145 மில்லி கிராமுக்கும் கீழ்.

இவைதான், ரத்தத்தில் இயல்பாக இருக்கவேண்டிய சர்க்கரையின் அளவு.

குளுக்கோஸ் டாலரன்ஸ் டெஸ்ட் (ஜி.டி.டி.)

குளுக்கோஸ் டாலரன்ஸ் டெஸ்ட் என்ற பரிசோதனையைச் செய்து, சர்க்கரை இருக்கிறதா இல்லையா என்பதை முதலில் தெரிந்துகொள்ளுங்கள். மூன்று கட்டங்களாக இந்தப் பரிசோதனை மேற்கொள்ளப்படும்.

1. வெறும் வயிற்றில் ரத்தத்தை எடுத்துப் பரிசோதித்தல்
2. பரிசோதனைக்குச் சென்றதும் உடனடியாக சுமார் 75 கிராம் குளுக்கோஸை தண்ணீரில் கலந்து குடிக்கக் கொடுத்து ஒரு மணி நேரம் கழித்துப் பரிசோதித்தல்
3. அடுத்த ஒரு மணி நேரம் கழித்துப் பரிசோதித்தல்

இந்த மூன்று கட்டங்களையும், இரண்டு மணி நேரத்தில் செய்து முடிப்பார்கள். இந்தப் பரிசோதனை நம்பகமானது. உங்களுக்குச் சர்க்கரை நோய் இருக்கிறதா இல்லையா என்பதைத் துல்லியமாகக் காட்டிவிடும். வரக்கூடிய வாய்ப்பு இருக்கிறதா என்பதையும் தெரிவித்துவிடும்.

பரிசோதனையில், ரத்தச் சர்க்கரை அளவு அதிகமாக இருப்பது தெரியவந்தால், எச்சரிக்கையாக இருக்க வேண்டும். உதாரணத்துக்கு, ரத்தச் சர்க்கரை அளவு 140-க்கு மேல் அதிக மாக இருந்தால், இன்சுலின் சுரந்தாலும் அது முழுமையாக வேலை செய்யாது.

இதனால், கல்லீரலால் கொழுப்பை சரியாகப் பிரிக்க முடியாத நிலையும், தொடர்ந்து கொழுப்பு சேர்ந்து ரத்த நாளச் சுவர்களில் படிவதும் ஏற்படும். நாளடைவில் இதய நோய், மாரடைப்பு, ரத்த நாளச் சிதைவுகள், ரத்தக் கொதிப்பு போன்றவை வரும்.

சர்க்கரை மயமாக்கப்பட்ட ரத்த சிவப்பணு பரிசோதனை

இது ஒரு நவீன பரிசோதனை முறை. ரத்தச் சிவப்பு அணுக் களில் உள்ள இரும்புப் புரதம் (Haemoglobin), சர்க்கரையுடன் இணைந்து நிரந்தர மாற்றத்துக்கு உள்ளாகிறது. அந்தச் சிவப்பு அணுக்களின் ஆயுள் காலம்வரை அதாவது, சுமார் 120 நாள்களுக்கு இந்த மாற்றம் சாப்பிடும் உணவாலோ, மருந்துகளாலோ, உடற்பயிற்சியாலோ மாறாமல், மறை யாமல் அப்படியே ரத்தத்தில் இருக்கும். இதைவைத்து, ஒருவருக்கு சர்க்கரை இருக்கிறதா இல்லையா என்பதைக் கண்டறியலாம்.

சர்க்கரை நோயைப் பரிசோதனையின் முடிவில் தெரிந்து கொள்வது எப்படி? கண்டுபிடிக்கப்படாத சர்க்கரை நோயால் என்னென்ன பாதிப்புகள் ஏற்படும்?

ரத்தத்தில் உள்ள சர்க்கரையின் அளவுதான், நோயை அடையாளம் காட்டும் அறிகுறியாகும்.

எட்டு மணி நேரம் சாப்பிடாமல் இருந்தால், பலருக்கு ரத்தச் சர்க்கரை அளவு 70 முதல் 109 மில்லி கிராம் இருக்கும். ஆனால், இதே நேரத்தில் 126 மில்லி கிராம் அல்லது அதற்கு மேலாக இருந்தால், சர்க்கரை நோய் இருப்பதைத் தெரிந்துகொள்ள லாம். ரத்தத்தில் 110 முதல் 125 மில்லி கிராம் வரை சர்க்கரை இருந்தால், உங்களுக்குச் சர்க்கரை நோய் வரும் வாய்ப்பு அதிகம் என்பதை உணர்ந்து கவனமாக இருக்க வேண்டும்.

கண்டுபிடிக்கப்படாத சர்க்கரை நோயால் பல்வேறு சிக்கல்கள் தோன்றுகின்றன. சாப்பிடாமல் இருந்த பிறகும், காலை உணவு சாப்பிட்ட பிறகும், சர்க்கரை நோய்க்கான பரிசோதனையை செய்துகொள்ள வேண்டும்.

குறிப்பாக,

★ 45 வயதுவாக்கில் இருந்து உடல் பருமனுடன் இருந்தால்

★ எந்த வேலையும் செய்யாமல் சொகுசாக இருந்தால்

★ குடும்பத்தில் யாருக்காவது சர்க்கரை நோய் இருந்தால்

★ ரத்தக் கொழுப்பு மற்றும் டிரைகிளிசரைடு அளவு அதிக மாக இருந்தால்

★ ரத்த அழுத்தம் அதிகமாக இருந்தால்

★ சாப்பிடுவதற்கு முன், ரத்தச் சர்க்கரை அளவு 110 மில்லி கிராமுக்கும் அதிகமாக இருந்தால்

தாமதிக்காமல், சர்க்கரை நோய்க்கான பரிசோதனையை உடனே மேற்கொள்ளுங்கள்.

பெண்களுக்குக் கருப்பையில் நீர்க் கழலைகள் இருந்தால், மூன்று கிலோவைத் தாண்டிய அளவில் குழந்தை பிறந்தால், சர்க்கரை நோய் இருப்பதற்கான வாய்ப்பு உண்டு. பரிசோதித்துத் தெரிந்துகொள்ளவும்.

கர்ப்பக் காலத்தில் சர்க்கரை நோய்ப் பரிசோதனை

ஒவ்வொரு மாதமும் பெண்ணின் வயிற்றில் இருக்கும் கரு வளர்வதால், தாய்க்கு அதிக ஊட்டம் தேவைப்படுகிறது. ரத்த அளவும் அதிகரிக்கிறது. இன்சுலின் சுரப்பும் அதிகரிக் கிறது. எனவே, மூன்று மாதத்துக்கு ஒருமுறை வீதம் குழந்தை பிறக்கும்வரை, சர்க்கரை நோய்க்கான பரிசோதனையை கர்ப்பிணிகள் மேற்கொள்ள வேண்டும்.

குறிப்பாக, கர்ப்பம் தரித்த 16-வது வாரம் (நான்காம் மாதம்), 24-வது வாரம் (ஆறாம் மாதம்), 32-வது வாரம் (எட்டாம் மாதம்), கண்டிப்பாக ரத்தச் சர்க்கரைப் பரிசோதனை செய்து கொள்ள வேண்டும்.

கர்ப்பிணிக்கு ரத்த சர்க்கரை அதிகமாக இருந்தால்...

கர்ப்பக் காலத்தில், ஊசி மருந்து போட்டுக்கொள்ளக் கூடாது என்று சொல்வதைக் கேட்டிருப்பீர்கள். ஆனால், இன்சுலின் ஊசியைக் கர்ப்பிணி போட்டுக்கொள்வதால் குழந்தைக்கு எந்தப் பாதிப்பும் ஏற்படுவதில்லை என்பது கண்டுபிடிக்கப் பட்டுள்ளது. ஆனால், இன்சுலின் மாத்திரை எடுத்துக்கொள் வதாக இருந்தால், அதுபற்றி உங்கள் மருத்துவரிடம் கலந் தாலோசிக்க வேண்டும். சந்தேகம் எதுவாக இருந்தாலும்,

தயங்காமல் உங்கள் மருத்துவரை அணுகி ஆலோசனை பெறுவதை மறந்துவிடாதீர்கள்.

முதல் கர்ப்பத்தின்போது இருந்த சர்க்கரை நோய் அடுத்த கர்ப்பத்திலும் வரும் வாய்ப்பு

ஒரு குழந்தையைச் சுமக்கும்போது, தாய்க்குச் சர்க்கரை நோய் இருந்தால், மறுமுறை இன்னொரு குழந்தையைச் சுமக்க நேரிடும்போது வருவதற்கு வாய்ப்பு உண்டு.

முதல் குழந்தையைச் சுமக்கும்போது, சர்க்கரை நோய் இல்லாமல் இருந்தாலும், இரண்டாவது குழந்தையைச் சுமக்கும்போது சர்க்கரை நோய்ப் பிரச்னை உண்டாகலாம்.

சில பெண்கள், பிரசவத்துக்குப் பிறகு உடல் நலன் மீது அக்கறை காட்டுவதில்லை. இதனால், உடல் பருமன் போன்ற பிரச்னைகள் ஏற்பட்டு சர்க்கரை நோயும் வந்துவிடு கிறது. ஆகவே உடற்பயிற்சி, உணவுக் கட்டுப்பாடு போன்ற வற்றை மேற்கொண்டு, சர்க்கரையைக் கட்டுப்பாட்டுக்குள் வைத்துக்கொள்ள வேண்டும்.

சர்க்கரை நோயாளிகளுக்கு அதிகம் பசிப்பது ஏன்?

நாம் சாப்பிடும் உணவில் உள்ள சர்க்கரைப் பொருள்கள் ரத்தத்தில் சென்று கலக்க வேண்டும். அவ்வாறு கலந்தவை, செல்களுக்கு சக்தியாகச் சென்று சேர வேண்டும். சர்க்கரை நோயாளியின் செல்களுக்கு சக்தியானது போதுமான அளவு செல்லாது. இதனால், செல்கள் தங்களுக்குப் பசிப்பதாக மூளைக்கு சிக்னல்களை அனுப்பும். இதனால், இரைப்பைக்கு மூளை கட்டளையிட்டு பசியைத் தூண்டும். இதனால்தான், சர்க்கரை நோயாளிகளுக்கு அடிக்கடி பசிக்கிறது.

11

சர்க்கரை நோயால் வரும் முக்கியப் பிரச்னைகள்

1. மயக்கம்

சர்க்கரை நோய் உள்ளவர்களுக்கு அடிக்கடி மயக்கம், சில வேளைகளில் கோமா நிலைகூட உண்டாகிவிடும். இது ஏன் என்பது பலருக்குப் புரிவதில்லை.

இன்சுலினைத் தொடர்ந்து பயன்படுத்தி வருபவர்கள் அதை உடனே நிறுத்தக் கூடாது. நிறுத்தினால் மயக்கம் வரும். அது ஏன்?

நமது உடலில் சேகரிக்கப்பட்டுள்ள சர்க்கரையும், கொழுப்பும் தேவைப்படும் நேரத்தில் எரிக்கப்பட்டு, சத்தாகப் பயன்படுத்தப்படுகின்றன என்ற உண்மை உங்களுக்குத் தெரியும். இவ்வாறு பயன்படுத்துவதால், நன்மையைவிட தீமைதான் அதிகமாக விளைகின்றன.

காரணம், சேகரிக்கப்பட்டுள்ள கொழுப்பு மற்றும் சர்க்கரைப் பொருள்களை உடல் எரிக்கும்போது, உடலில் நச்சுத்தன்மைமிக்க அமிலங்கள் அதிகரிக்க ஆரம்பிக்கின்றன. இந்த அமிலங்களின் நச்சுத் தன்மையால்தான் சர்க்கரை நோய் உள்ளவர்களுக்கு மயக்கம் வருகிறது. சில சமயம், மரணம்கூட நேர்ந்துவிடுகிறது.

மயக்கத்தின் அறிகுறிகள்

குமட்டல், வாந்தி வருவது போன்ற உணர்வு, அசௌகரியம், உடல் நலம் இல்லாதது போன்ற உணர்வு, அதிக தாகம், பசியின்மை, மூச்சிரைப்பு, மனம் குழம்புதல், சுயநினைவு இழத்தல், வயிற்று வலி, கண் பார்வை மங்குதல், தூக்க உணர்ச்சி அதிகம் இருத்தல், இதயம் மெதுவாகத் துடித்தல் ஆகிய அறிகுறிகள் தோன்றும்.

நாள்பட்ட நிலையில் மயக்கம் ஆரம்பிக்கும். கொஞ்சம் கூடுதலாகச் சாப்பிட்டுவிட்டால் மயக்கம் வந்துவிடும் அல்லது மயக்கம் வருவதைப் போன்ற உணர்வு ஏற்படும்.

கை கால்களில் அதிகமாகக் காயம் இருந்தாலும், தோல் வறட்சி அடைந்திருந்தாலும், இன்சுலினைச் சரியான நேரத்துக்குப் போட்டுக்கொள்ளாததாலும் சர்க்கரை நோயால் மயக்கம் உண்டாகும்.

இன்சுலின் ஊசியைப் பயன்படுத்தாமல் மாத்திரை பயன்படுத்தி வருபவர்கள், மாத்திரையைப் பயன்படுத்த மறந்துவிட்டால் சர்க்கரை நோயால் மயக்கம் வந்துவிடும்.

கலப்பு முறை இன்சுலினை சரியான முறையில் கலக்காமல் போட்டுக்கொண்டாலும் சர்க்கரை நோயால் மயக்கம் வரும். இன்சுலினைப் போட்டுக்கொண்டால் அல்லது தானாகச் சில மணி நேரங்களில் இந்த மயக்கம் தெளிந்துவிடுவது உண்டு.

இன்சுலினால் வரும் மயக்கம்

ரத்தச் சர்க்கரை அதிகமாகும்போது மயக்கம் வருவதைப் போல், அளவுக்கு அதிகமாக இன்சுலினைப் போட்டுக் கொண்டாலும் மயக்கம் வரும். இதைச் சரியாகப் புரிந்து கொண்டால், இன்சுலினால் ஏற்படும் மயக்கத்தைத் தடுக்கலாம்.

இன்சுலினில்,

★ பிளெயின் இன்சுலின்

★ குளோரின் இன்சுலின்

★ என்.பி.எச். இன்சுலின்

★ லென்டி இன்சுலின்

★ பி.இசட்.ஐ. இன்சுலின்

என்று ஐந்து வகைகள் உள்ளன. இவை ஒவ்வொன்றும் ஒவ்வொரு வகையான செயல் திறன் கொண்டவை.

உதாரணத்துக்கு, பிளெயின் இன்சுலின் அதாவது, சுத்த இன்சுலின் என்பது ஒளி ஊடுருவக்கூடிய இன்சுலினாகும். இது *4* மணி முதல் *6* மணி நேரம் வரை செயல்படும். சாப்பிட்ட உடனே சர்க்கரை அதிகமாகும் நோயாளிகளுக்கு இது தேவை. தினமும் மூன்று வேளை பயன்படுத்த வேண்டும். நீண்ட நேரம் வேலை செய்யும் இன்சுலின்களில், லென்டி இன்சுலின் *18* முதல் *24* மணி நேரம்வரை செயல் புரியும். இன்சுலினுடன் துத்தநாகம் மற்றும் புரொடமின் போன்றவை சேர்க்கப்படும்.

என்.பி.எச். இன்சுலினில் அதிக துத்தநாகம், குறைந்த புரோடமின் சேர்த்து பிளெயின் இன்சுலினைக் கலந்திருப் பார்கள். பி.இசட்.ஐ. இன்சுலின், சுமார் *36* மணி நேரம் வரை வேலை செய்யக்கூடியது. தினமும் ஒருவேளை போட்டுக் கொண்டால் போதும்.

இதெல்லாம் இன்சுலின் வகைகள். இவற்றைத் தேவைக்கு ஏற்ப போட்டுக்கொள்ளவேண்டி இருக்கும்.

இன்சுலினால் மயக்கம் வரக்கூடிய நோயாளிகள், இவற்றை மருத்துவர் மூலம் அறிந்து போட்டுக்கொள்ள வேண்டும். குறிப்பாக, பிளெயின் இன்சுலின் போட்டுக்கொள்வோருக்கு இத்தகைய மயக்கம் எளிதில் வரும்.

இயல்பான அளவைவிட குறைவாகச் சாப்பிடும்போதும், மாத்திரைகளை அளவுக்கு அதிகமாக எடுத்துக்கொள்ளும் போதும் மயக்கம் வரும்.

இன்சுலின் மயக்கத்தை அறியும் வழிகள்

மயக்கம் திடீரென்று வரும். அவ்வப்போது, சில நிமிடத்தில் மயக்கம் வந்துவிடும். தலை கிறுகிறுப்பு, தலைச்சுற்றல் இருக்கும். இதயம் படபடப்பாக இருக்கும். மயக்கத்தின் போதே பசி எடுக்கும். தாகம் இருக்காது. உடல் முழுவதும்

வியர்க்கும். பார்வை இரண்டிரண்டாகத் தெரியும். தலை வலிக்கும். வாந்தி அதிகமாக வரும். தூக்கத்துக்குப் பதில் குழப்பம் அதிகரிக்கும். பிறரைப் பார்த்தாலே எரிச்சல் வரும். சிறுநீரில் சர்க்கரை இருக்காது. திடீரென்று சுய நினைவு இருக்காது. சிகிச்சைக்குப் பிறகு மயக்கம் தெளியும்.

சிக்கல்கள்

சர்க்கரை நோயின்போது வரும் மயக்கம் அதிகப் பாதிப்பை விளைவிக்காது. ஆனால், இன்சுலினால் ஏற்படும் மயக்கம் ஆபத்தை விளைவிக்கும். இந்த மயக்கம், திடீரென்று ஆரம்பித்து தொடரும். எனவேதான், சர்க்கரை நோயாளிகள் எப்போதும் கைவசம் கொஞ்சம் சர்க்கரைப் பொருளை வைத்திருக்க வேண்டும் என்று வலியுறுத்தப்படுகிறார்கள்.

மருத்துவமனையில் அனுமதித்து குளுக்கோஸ் கரைசலை சிரை வழியாக உடலில் செலுத்தலாம். மயக்கம் வரக்கூடிய தன்மை உள்ளவர்கள், எப்போதும் கவனமாக இருக்க வேண்டும்.

2. காயம் ஆறாமை - காலில் வரும் பிரச்னைகள்

பொதுவாக, இதயத்துக்கு அருகில் உள்ள உறுப்புகளில் காயம் பட்டால், அது விரைவாக ஆறிவிடுவது உண்டு. ஆனால், இதயத்தில் இருந்து வெகு தொலைவில் உள்ள கால் பகுதியில் காயம் பட்டால் ஆறுவதற்குக் கொஞ்சம் நாள் ஆகும்.

இதற்கு என்ன காரணம் என்றால், அதிகச் சர்க்கரையால் ரத்த நாளங்கள் சுருங்கி, காலுக்கு சரியான ரத்த ஓட்டம் இருக்காது. இதயம் சுருங்கி விரியும் செயல்பாட்டினால் வெளியேறும் ரத்தம், நீண்ட தொலைவில் உள்ள கால்களுக்குப் பயணித்து அந்தப் பகுதியை முழுமையாக அடையாது.

தவிர, காயம் உள்ள இடத்தில் அதிகமான சர்க்கரை இருக்கும். ஆனால், சர்க்கரையில் காயத்தை ஆற்றுவதற்குத் தேவை யான ஊட்டச்சத்துகள் குறைவாக இருக்கும். குறிப்பாக, வெள்ளை அணுக்கள் சரிவர செயல்படாத நிலை உண்டாகி விடும். இதனால்தான் இத்தகையப் பிரச்னைகள் வரு கின்றன.

காயம் ஆறாத பட்சத்தில், அதைச் சுற்றி சிவப்புப் புள்ளிகள் தோன்ற ஆரம்பிக்கும். கிருமிகள் தொடர்ந்து அதன் வழியாகத் தொற்றுவதால் காயம் அழுகவும் ஆரம்பிக்கும். இதனால்தான், சர்க்கரை நோயாளிகளுக்குக் காயம் ஏற்பட்டால் விரைவில் ஆறுவதில்லை.

பெரும்பாலும், வயதானவர்களுக்கு வரும் கால் ரணங்கள் தான் ஆறாமல், கால்கள் அழுகும் நிலையை அடைகின்றன. ஏனெனில், இவர்களுக்கு ரத்த ஓட்டக் குறைவும், நோய் எதிர்ப்புத் திறனும் அதிகமாக இருக்கும். இந்த வாய்ப்பைப் பயன்படுத்தி, கிளாஸ்டிரியம் வெல்சை என்ற கிருமிகள், பாதம் முதல் மெல்ல மெல்ல ஒவ்வொரு பகுதியையும் அரித்து அழுகச் செய்கிறது. இந்த அழுகலை உடனடியாகத் தடுக்காவிட்டால், அது பிற உறுப்புகளுக்கும் பரவும் என்பதால்தான் பாதிக்கப்பட்ட உறுப்பை உடனடியாக வெட்டி விடுகிறார்கள்.

இப்படிப்பட்ட பிரச்னைகள் வரக் கூடாது என்பதால்தான், சர்க்கரை நோயாளிகள் நகம் வெட்டும்போதுகூட ஒட்ட வெட்டக் கூடாது என்று எச்சரிக்கப்படுகிறார்கள். நகத்தை வெட்டப்போய், சிறிது சதையை வெட்டிக்கொண்டால்கூட அது ஆறாமல் புரையோடி, இறுதியில் காலை அகற்ற வேண்டிய கட்டாயத்துக்குத் தள்ளிவிடும்.

கால்களில் சர்க்கரை நோயின் அறிகுறிகள்

★ காலின் நுனிப் பகுதியில் எரிவது போன்ற உணர்ச்சி

★ சுருக் சுருக் என்று குத்தும் உணர்வு

★ உணர்ச்சியின்றி மரத்துப்போதல்

★ தரையில் நடந்தால் பஞ்சு மீது நடப்பது போன்ற உணர்வு

இருக்கும். இந்த நிலைக்கு வந்துவிட்ட நோயாளிகள், கால் இடறிக் கீழே விழுந்தாலோ அல்லது எதிலாவது இடித்துக் கொண்டாலோகூட காயம் படுவதை உணர்ந்துகொள்ள முடிவதில்லை. அதனால், நடக்கும்போது எச்சரிக்கையாக நடக்க வேண்டும்.

காலில் ரத்த ஓட்டம் குறைந்து காணப்படுவதால், சிறிது தூரம் நடந்தாலே கால்கள் வலித்தல், உட்கார்ந்து செல்லலாம்

என்பது போன்ற உணர்வு, பாதங்கள் மற்றும் விரல்களில் எரிச்சல், கால் குடைச்சல் போன்றவை இருக்கும்.

இரவில் யாராவது கால்களை அழுத்திவிட்டாலோ அல்லது குழந்தைகள் ஏறி நின்று மிதித்துவிட்டாலோதான் சுகமாக இருக்கும்.

சிகிச்சையும், பராமரிப்பும்

சர்க்கரை நோயால் கால்கள் பாதிக்கப்படாமல் இருக்க, தற்போது மருந்து, மாத்திரைகள் நடைமுறையில் உள்ளன. பாதிப்பு துவக்கத்தில் உள்ளபோதே சர்க்கரையைக் கட்டுக்குள் கொண்டுவந்துவிட வேண்டும்.

தேவையான இன்சுலின் பயன்படுத்துதல் மற்றும் முறையான உடற்பயிற்சி மூலம் ரத்த ஓட்டத்தையும் அதன் சத்துகளையும் எல்லா செல்களும் பெறுமாறு பார்த்துக்கொள்ள வேண்டும். காலில் நகங்கள் வளர்ந்தால், மேலோட்டமாக வெட்டி எடுக்க வேண்டும்.

பராமரிப்பு

சர்க்கரை நோயாளிகளுக்கு உண்டாகும் காயங்கள் சீக்கிரத்தில் ஆறாது என்பதால், நடக்கும்போது வெற்றுக்காலோடு நடக்காதீர்கள். தரையில் கிடக்கும் கற்கள் மற்றும் முள்கள் குத்தி காயங்கள் ஏற்படலாம்.

'கடிக்கும்' செருப்புகளை அணியாதீர்கள். உணர்வு நரம்புகள் ஏற்கெனவே பாதிக்கப்பட்டு சிதைந்துவிட்டிருக்கும். அதனால், காயம் ஏற்படுவதையும் உங்களால் அறிந்துகொள்ள முடியாது.

காலில் வெந்நீர் ஒத்தடம் கொடுப்பது, கொசுக்கள், கரப்பான், பாசிகள், எலி போன்றவை கடிக்க இடம் கொடுப்பது ஆகியவற்றைத் தவிர்த்துவிடுங்கள். இறுக்கமான காலணிகள் அணிவதைத் தவிர்த்துவிடுங்கள்.

ரத்த நாளங்களைச் சுருங்க வைக்கும் புகைப் பழக்கம், உடற்பயிற்சி செய்யாமல் சோம்பியிருத்தல் ஆகியவற்றைத் தவிருங்கள்.

ரத்தத்தில் சர்க்கரையின் அளவு அதிகரிக்கும்போது, கூடுத லான குளுக்கோஸ் பொருளானது சக்தியாக மாற்றப்படாமல் 'சார்பிடால்' என்ற வேதிப் பொருளாக மாறும். இது, கால் நரம்புகளில் அதிகமாகத் தங்கியிருக்கும்போது காலின் உணர்ச்சி குறையத் தொடங்கும். இரவில் படுக்கும்போது பாதத்தில் எரிச்சல், ஊசியால் குத்துவது போன்ற உணர்ச்சி இருக்கும்.

சிறிது தூரம் காலாற நடந்து வருவதை வழக்கமாக வைத்துக் கொள்ளுங்கள். படுக்கையில் உட்கார்ந்தபடியே கை கால் களை நீட்டி மடக்கிப் பயிற்சி செய்யுங்கள். ஒரு காலை மட்டும் உயரத் தூக்கி வைத்துக்கொண்டிருத்தல், மீண்டும் மறு காலை உயரத் தூக்கி வைத்துக்கொண்டிருத்தல், படுக்கும் போது நாற்காலியின் மீது கால்களை உயரமாகத் தூக்கி வைத்திருத்தல் போன்றவற்றைப் பின்பற்ற வேண்டும்.

கால்களில் காயம், சிராய்ப்பு போன்றவை ஏற்பட்டால் உடனே மருத்துவரை அணுகி சிகிச்சை பெறுங்கள். கொசு கடித்தாலோ, நமைச்சல் எடுத்தாலோ ஆழ்ந்து சொறிவதை தவிருங்கள்.

கால்களுக்கு ரசாயனப் பொருளால் ஆன சோப்பு, களிம்புகள் ஆகியவற்றைப் பயன்படுத்த வேண்டாம். கால் வெடிப்பு ஏற்பட்டிருந்தால், நீங்களாக முயன்று அழுக்கு எடுக்காமல் மருத்துவரை நீக்கி முழுவதுமாக குணப் படுத்திக்கொள்ளும் வழியை நாடுங்கள்.

தவிர, தாகம், அடிக்கடி சிறுநீர் கழிக்க வேண்டும் என்பது போன்ற உணர்வு, கால் குடைச்சல் போன்றவை இருந் தாலும், கால்களில் உணர்ச்சி மாற்றங்கள் அவ்வப்போது வரும் நிலை இருந்தாலும், அதைப்பற்றி உங்கள் மருத்துவ ரிடம் கலந்து ஆலோசித்து சிகிச்சை பெறுங்கள்.

அழுகல் நோய்

இறந்த திசுக்களைத் தின்னும் 'அழுகல் நுண்ணுயிர்' என்ற நுண்ணுயிரால் நொதிக்கப்பட்டு நாற்றத்தை உண்டாக்கி, அருகில் உள்ள திசுக்களுக்கும் பரவும். இப்படிப் பரவுவது 'அழுகல் நோய்' எனப்படுகிறது.

அறிகுறிகள்

பாதிக்கப்பட்ட பகுதியில் ரத்த நுண் குழாய்கள் சிதைவடைந்து சிவப்பு அணுக்கள் அழிக்கப்பட்டு இரும்புச் சத்து வெளிப்படும். இதனால், இந்தப் பகுதி கறுத்துக் காணப்படும். ரத்த ஓட்டம் முற்றிலும் தடைபட்டு நாடித்துடிப்பு மறையும். அந்தப் பகுதியில் வெப்பம் இழப்பு, உணர்வு இழப்பு மற்றும் செயல் இழப்பு ஏற்படும்.

இந்த அறிகுறிகள் தோன்றினாலும், பாதிக்கப்பட்ட பகுதி சிறியதாகவும், இந்தப் பகுதியில் நச்சுத்தன்மை ஏற்படாமல் பாதிக்கப்பட்ட பகுதியைச் சுற்றிலும் ரத்த ஓட்டம் நிறைந்தும் இருந்தால், இந்தப் பாதிப்பில் இருந்து மீண்டு வரலாம்.

ஆனால், பாதிக்கப்பட்ட பகுதியில் எல்லா ரத்தக் குழாய்களும் சேதமாகி திசுக்களில் நச்சுத்தன்மை ஏற்பட்டிருந்தால், இயல்பு நிலை மீள்வது கடினம்.

பாதிக்கப்பட்ட பகுதி உலர்ந்து இறந்து, இறந்த திசுக்களுக்கும், வாழும் உயிர்த் திசுக்களுக்கும் இடையே எல்லை தெளிவாக வரையறைக்கப்பட்டிருந்தால், இந்தப் பகுதியில் ஏற்படும் நோயில் இருந்து தப்பிக்கலாம்.

அழுகல் நோயில் கருகல், அழுகல், காற்றுப்புகும் அழுகல் என்ற வகைகள் உள்ளன.

கருகல்

இந்த நோயின்போது, தமனிகள் மட்டும் அடைபடும். சிரைகள் அடைபடாது. எனவே, பாதிக்கப்பட்ட பகுதியில் இருந்து சிரை வழியாக நீர் வழியும். இதனால், திசுக்களில் உள்ள நீர் ஆவியாகி குறைந்து, திசு உலரும். பாதிக்கப்பட்ட திசுக்கள் உலர்ந்து கடினமாகிச் சுருங்கும். ரத்தச் சிவப்பு அணுக்கள் அழிவதால், இந்தப் பகுதியில் இரும்புச் சத்து வெளிப்பட்டு, பாதிக்கப்பட்ட பகுதி கறுமை நிறமாக மாறிவிடும்.

இந்த நோயின்போது, மிதமான காய்ச்சல், கடும் வலி ஆகியவை அரிதாகக் காணப்படும்.

அழுகல்

ரத்த ஓட்டம் மிக்க திசுப் பகுதிகள் பாதிக்கப்பட்டு சிரை, தமனிகளில் அடைப்பு உண்டாவதால், ரத்த ஓட்டம் தடைபடும்.

பாதிக்கப்பட்ட பகுதியின் மேல் பரப்பில் கொப்புளங்கள் தோன்றும். ஆழத் திசுக்களில் காற்றுப் புடைப்புகள் தோன்றும். அருகில் உள்ள திசுக்கள் வீங்கி, திசுக்களுக்கு இடையே புண் ஏற்படும். இந்த நிலையைக் கவனித்து சிகிச்சை அளிக்காவிட்டால் உயிரிழப்பு நேரலாம்.

காற்றுப்புகும் அழுகல்

கிளாஸ்டிரியம் வெல்சை என்ற நுண்ணுயிர், உடலின் காயங்கள் மூலம் உடலுக்குள் புகுந்து, சுமார் 24 மணி நேரத்தில் தசைகளை அடைந்து வீக்கம், வலி ஆகிய அறிகுறிகளை உண்டாக்கும்.

தசை மென்மையாகி, அடுத்த காயப் பகுதியில், காற்றுக் குமிழிகளுடன் நாற்றத்தோடு சீழ் வெளியே வரும். இந்த நோயின்போது காய்ச்சல், வியர்வை, சோகை ஆகியவை ஏற்படும். தீவிர சிகிச்சை அளிக்காவிட்டால், நோயாளியைக் காப்பாற்றுவது மிகவும் சிரமம்.

பொதுவாக, இது சர்க்கரை நோய் உள்ளவர்களை அதிகம் பாதிக்கும். இவர்கள் புகைப் பிடித்தல், மதுப் பழக்கம் ஆகியவற்றைக் கைவிடவேண்டும்.

ரத்தச் சர்க்கரையைக் கட்டுப்படுத்துதல், பாதிக்கப்பட்ட பகுதியில் தேவைப்பட்டால் அறுவை சிகிச்சை செய்தல் போன்றவை பலன் தரும்.

சர்க்கரை நோயாளிகளில் பலருக்குக் கால்களில் ரத்த ஓட்டக் குறைவு ஏற்பட்டு கிருமித் தொற்றுகள் உண்டாகி, கால்களை அழுகல் நோய் தின்று இறுதியில் கால்களை எடுக்க வேண்டிய கட்டாயம் இருந்திருக்கிறது என்பதைக் கவனத்தில் வைத்துக்கொண்டு, சிகிச்சைகளை நாட வேண்டும்.

3. தாழ் சர்க்கரை

ரத்தத்தில், குறைந்த அளவு சர்க்கரைச் சத்து இருப்பதை தாழ் சர்க்கரை அல்லது ஹைபோகிளைசீமியா என்று சொல் வார்கள்.

டைப்-1 சர்க்கரை நோயாளிகள், ஒவ்வொரு வாரமும் ஒன்று அல்லது இரண்டு முறை ஹைபோகிளைசீமியா என்ற பிரச்னையால் பாதிக்கப்படுகிறார்கள்.

காரணம்

சர்க்கரை நோயாளிகள் உணவுக் கட்டுப்பாடு மற்றும் சர்க்கரையைக் கட்டுப்படுத்தும் செயல் முறை, இன்சுலின் சரியாகச் சுரக்குமாறு பார்த்துக்கொள்ளுதல் அல்லது இன்சுலின் ஊசியைத் தவறாமல் போட்டுக்கொள்ளுதல் ஆகியவற்றின் மூலம் ஒரு சம நிலையை ஏற்படுத்திக்கொள்ள வேண்டும். பிறகு அதைத் தொடர்ந்து பராமரிக்க வேண்டும்.

சில வேளைகளில், இயல்புக்கு மாறாக உணவைச் சாப்பிடும் போது அல்லது எதிர்பாராத உடற்பயிற்சி செய்யும்போது அல்லது இருவேளை சாப்பாட்டுக்கும் இடையே அதிக இடைவெளி விடும்போது அல்லது சர்க்கரைச் சத்து குறைந் திடும் வகையில் நொறுக்குத் தீனியை மறந்துவிடும்போது இந்தச் சமநிலை பாதிக்கப்பட்டு, ரத்தச் சர்க்கரைக் குறைவு அல்லது ஹைபோகிளைசீமியா பாதிப்பு ஏற்படும்.

சுருக்கமாகச் சொன்னால், குறைவான சர்க்கரை இருக்கும் போது இன்சுலின் அதிகமாகச் சுரத்தல், அதிகமான உடற் பயிற்சி, மிகக் குறைந்த கார்போஹைட்ரேட் எடுத்துக் கொள்ளுதல், வெறும் வயிற்றில் மதுபானம் அருந்துதல் போன்ற காரணங்கள் ஹைபோகிளைசீமியாவுக்குக் காரண மாகின்றன.

ஹைபோகிளைசீமியா பாதிப்பு, டைப்-2 வகை சர்க்கரை நோயாளிகளிடம் மிகக் குறைவாகவே காணப்படுகிறது. இது எந்தெந்த வேளைகளில் ஏற்படக்கூடும் என்பது அடுத்து அறிந்துகொள்ள வேண்டியவை.

பொதுவாக, நண்பகலுக்குள் உள்ள நேரம் அல்லது மதிய உணவுக்கு முன், இரவு நேரத்தில், உடற்பயிற்சிக்குப் பிறகு ஹைபோகிளைசீமியா ஏற்படும்.

அறிகுறிகள்

அறிகுறிகளை முதலில் தோன்றுபவை, அடுத்து வருபவை என்று இரண்டாகப் பிரித்துக்கொள்ளலாம்.

முதலில், குளிர்ந்த வியர்வை உண்டாகும். பலவீனம் தோன்றும். கைகளில் நடுக்கம் ஏற்படும். இதயம் அதிக வேகத்தில் துடிக்க ஆரம்பிக்கும்.

இதைத் தொடர்ந்து தலைவலி, கண் பார்வை மங்குதல், தனது இயல்பான நிலையிலிருந்து வேறுபட்டு செயல்படுதல், குழப்பம், சுயநினைவை இழத்தல், மயங்கிவிழுதல் போன்ற அறிகுறிகள் தோன்றும்.

முன்னெச்சரிக்கை நடவடிக்கைகள்

ஹைபோகிளைசீமியா வரும் வாய்ப்பு உள்ளவர்கள், முன் எச்சரிக்கை நடவடிக்கைகளில் ஈடுபடுவது அவசியமாகும். சர்க்கரைச் சத்து உள்ள சாக்லேட், குல்கந்து, சர்க்கரை, தேன் போன்றவற்றைச் சிறிதளவு எப்போதும் கைவசம் வைத் திருக்க வேண்டும்.

ஹைபோகிளைசீமியாவின் அறிகுறிகளை நீங்கள் உணர்ந்த வுடன் அதை எளிதில் சாப்பிட முடியும். அவ்வாறு கைவசம் வைத்திருக்காத பட்சத்தில், திடீர் மயக்கம் ஏற்பட்டு நினை விழக்கும் அபாயம் உண்டு.

வெளியில் செல்ல நேர்ந்தால், மேற்கண்ட பொருள்களை எடுத்துச்செல்வதோடு, உங்களோடு வருபவர் அல்லது நெருங்கிய உறவினர் ஆகியோரிடம் உங்களுக்கு இருக்கும் சர்க்கரைக் குறைபாட்டைப் பற்றிச் சொல்லிவைத்திருப்பது நல்லது. இதனால், பாதிப்பு ஏற்படும் எந்தச் சூழலிலும் அதில் இருந்து தப்பிக்க முடியும்.

வெறும் வயிற்றில் இன்சுலினை எடுத்துக்கொள்ளும்போது ஹைபோகிளைசீமியா பிரச்னை ஏற்படலாம். எனவே, இதைப் பற்றி எப்போதும் மருத்துவரிடம் கலந்து ஆலோ சனை செய்து, பிரச்னையைச் சமாளிக்கத் தயாராக இருக்க வேண்டும்.

ஹைபோகிளைசீமியா பிரச்னையை தவிர்ப்பதைத் தலை யாயக் குறிக்கோளாக வைத்து, அதிக ரத்தச் சர்க்கரையைப் பெற்றுக்கொண்டதும், நீங்கள் குணமடைந்துவிட்டதாகக் கருதிவிடக் கூடாது. ஹைபோகிளைசீமியா எதிர் விளைவு களுக்கு அதிக ரத்தச் சர்க்கரை காரணமாக இருக்கலாம். இதனால், கடுமையான பிரச்னைகளும் உண்டாகலாம். எனவே, மருத்துவரை அணுகி பிரச்னையைப் போக்குவதற் கான தீர்வைப் பெற வேண்டும்.

சிகிச்சை

ஹைபோகிளைசீமியா பிரச்னையால் பாதிக்கப்பட்டவர், விரைந்து நலம்பெற சிகிச்சை முக்கியம். தாழ் சர்க்கரை அறிகுறிகள் தெரிந்தவுடன், உடனடியாக இரண்டு கட்டி சர்க்கரை அல்லது இரண்டு தேக்கரண்டி சர்க்கரை அல்லது குளுக்கோஸ் போன்றவற்றை நீரில் கலந்து குடிக்க வேண்டும்.

உடனடியாக அறிகுறிகள் மறைந்துவிட்டால், உங்கள் பிரச்னை சரியாகிவிட்டது என்று பொருள். நீடித்தால், மேலும் கூடுதல் பங்கு சர்க்கரைச் சத்தைப் பயன்படுத்துங்கள். ஹைபோகிளைசீமியா அறிகுறிகள் தென்படத் துவங்கிய உடனே, நீங்கள் செய்யும் வேலையில் இருந்து, இயந்திரங் களை இயக்குவதில் இருந்து, வாகனம் ஓட்டுவதில் இருந்து விலகிக்கொள்ளுங்கள். இல்லாவிட்டால், உங்களுக்கு ஆபத்து நேரிட அதிக வாய்ப்பு உண்டு.

சர்க்கரை நோய்க் கட்டுப்பாட்டைத் தொடர்ந்து பின்பற்ற வேண்டும் என்பதை ஒருபோதும் மறந்துவிடாதீர்கள்.

4. கண்கள் பாதிப்பு

கண்களைப் பற்றி சொல்லித் தெரியவேண்டியதில்லை. இவை, இந்த உலகைப் பார்த்து ரசித்து மகிழப் பயன்படும் கருவி. இந்தக் கருவிக்குள் பல பாகங்கள் உள்ளன. இவற்றை, ஒரு புகைப்படக் கருவியின் பாகங்களுடன் ஒப்பிடலாம். கேமராவில் அதனுடைய லென்ஸ் வெளியில் இருக்கும். ஒளி மற்றும் உருவங்களை அதனுள்ளே இருக்கும் புகைப்படச் சுருளில் பதிவு செய்கிறது. அந்த ஃபிலிமை

டெவலப் செய்து உருவங்களை நாம் பார்க்கிறோம். அதுபோல், நம் கண்கள் உருவங்களையும் பொருள்களையும் பதிப்பிக்கின்றன.

பலவிதமான மாற்றங்கள் ஏற்பட்டு நரம்புகள் மூலமாக மூளைக்குச் செய்திகள் சென்று, அதன் பிறகுதான் நாம் பொருள்கள் மற்றும் உருவங்களை உணர்கிறோம். ஃபிலிம் சரியாக இல்லாவிட்டால், படம் சரியாக வராது. அதுபோல், விழித்திரையில் பாதிப்பு என்றால் பார்வை சரியாக இருக்காது அல்லது முற்றிலும் போய்விடும்.

சர்க்கரை நோயால் பாதிக்கப்படுபவர்களில் சுமார் 5 சதவீதத்தினர், கண்களை இழந்துவிடுகிறார்கள். சர்க்கரை நோயால் கண்களின் விழித்திரைகள் பாதிக்கப்படுகின்றன. இதை டயாபடிக் ரெடினோபதி என்று சொல்வார்கள்.

இந்த நிலையின்போது, கருவிழிக்குப் போதிய ஆக்சிஜன் கிடைக்காமல், ஊட்டச்சத்து குறைந்துவிடுவதால், கண்ணில் இருந்து ரத்தக் கசிவு மற்றும் கண்கள் வீங்கிக் கொள்ளுதல் ஆகியவை ஏற்படும். இதனால், கண்களால் மூளைக்குக் கொடுக்கவேண்டிய சிக்னல்களைக் கொடுக்க முடியாமல் குருட்டுத்தன்மை, பார்வை பாதிப்பு ஆகியவை ஏற்படும்.

இந்த நோயின் ஆரம்ப நிலை அறிகுறிகள் எதுவும் இல்லை. இந்த நோயால் கண்களில் வலியோ, பார்வைக் குறையோ ஆரம்பத்தில் ஏற்படுவதில்லை. இந்த நோய் முற்றும் வரை, எந்தவிதப் பாதிப்பும் கண்களுக்குத் தெரிவது கிடையாது. ஆயினும், முற்றிய நிலை அடைந்த பிறகு செய்யக்கூடிய மருத்துவம் மிகக் குறைவே.

யார் யாருக்கு பாதிப்பு வரும்?

சர்க்கரை நோய் இருக்கும் அனைவருக்கும் இந்த நோய் வருவதற்கான வாய்ப்புகள் அதிகம். இந்த நோயின் தீவிரம், உடலில் சர்க்கரையின் அளவைப் பொறுத்தே அமையும். 15 ஆண்டுகளுக்கும் மேலாக சர்க்கரை நோயால் பாதிக்கப்பட்டவர்களுக்கு இந்த நோய் வருவதற்கான வாய்ப்புகள் அதிகம் என்று ஆய்வுகள் தெரிவிக்கின்றன.

பரிசோதனை முறைகள்

★ குளுக்கோஸ் அளவைக் கட்டுப்படுத்துதல். (இதன் மூலம், லேசர் சிகிச்சை செய்யவேண்டிய கட்டாயத்தைத் தவிர்க்கலாம்).

★ ரத்த அழுத்தத்தைச் சரியான விகிதத்தில் கட்டுப்பாட்டில் வைத்துக்கொள்ளுதல்.

தற்போதைய நிலையில், இந்த நோயைத் தீர்ப்பதற்கான நேரடி மருத்துவம் இல்லை என்பது கசப்பான உண்மை. மற்ற நோய்களுக்குப் பயன்படும் ஆஸ்பிரின் மருந்து, இந்த நோய்க்கு உதவுவதில்லை.

இந்த நோயை, வராமல் தடுக்க வேண்டிய முறைகளை மேற்கொள்ள முடியும்.

இந்த நோய்க்கு ஆரம்ப அறிகுறிகள் இல்லை. அதனால், சர்க்கரை நோய் உள்ள அனைவரும் தங்கள் கண்களை ஆறு மாதத்துக்கு ஒருமுறை பரிசோதனை செய்துகொள்வது நல்லதாகும்.

இந்த நோய் இருப்பது கண்டுபிடிக்கப்பட்டால், மூன்று மாதங்களுக்கு ஒருமுறை பரிசோதனை செய்து, தேவையான நடவடிக்கைகளை மேற்கொள்ள வேண்டும்.

சர்க்கரை நோய் உள்ளவர்களில் நான்கில் ஒருவருக்குக் கண்களில் ரத்தக் கசிவு, இரைப்பையில் வீக்கம் ஆகியவை இருக்கும். இதனால், பார்வை இழப்பு ஏற்படும். பிரச்னையைச் சீராக்க உடனடி மருத்துவம் வேண்டும்.

கண்களின் விழித்திரை மாற்றங்கள்

சர்க்கரை நோயின்போது கண்ணின் விழித்திரையில் இருக்கும் ரத்த நாளங்கள் விரிவடைந்துவிடுகின்றன. இதனால், ரத்த நாளங்கள் புடைத்து, ரத்தம் கசியும்.

இவைதவிர, கண்களில் புது ரத்த நாளங்கள் தோன்றி அவற்றில் இருந்தும் ரத்தக் கசிவு ஏற்படும். இதுதான் விழித்திரை பாதிப்புகள்.

விழித்திரை என்பது கண்களின் உள்ளே, பின் பகுதியை முழுவதுமாக வியாபித்துள்ள பகுதி. இதில், நாம் பார்க்க உதவும் ராட்ஸ், கோன்ஸ் என்றழைக்கப்படும் மிக முக்கிய

மான பார்வை செல்களும், நரம்புகளும், ரத்தக் குழாய்களும் உள்ளன. இந்த விழித்திரை, பல அடுக்குகளைக் கொண்டது. இது, சாதாரணமாக ரத்த நாளங்களுடனும் நரம்புகளுடனும் ஒட்டிக்கொண்டிருக்கும்.

சர்க்கரை நோய் மட்டுமல்லாமல், வேறு சில காரணங்களால் விழித்திரையானது சேர்ந்திருக்கும் நிலையில் இருந்து பிய்ந்து விடும். இதற்கு, ரெடினல் டிடாச்மென்ட் என்று பெயர்.

காரணங்கள்

சர்க்கரை நோய் தவிர, ரெடினாவில் தானாகவே ஓட்டை ஏற்படுதல், கண்களில் காயம் மற்றும் நோய்கள் ஏற்படுதல், அதிகமான ரத்த அழுத்தம், கருவுற்ற நிலை, சிறுநீரக நோய்கள், விழித்திரையில் ரத்த ஓட்டம் பாதிக்கப்படுதல், கண்களில் புற்றுநோய் போன்ற எல்லாமும்கூட காரணங்கள்தான்.

அறிகுறிகள்

பாதிக்கப்பட்டவர்களுக்கு, மின்னல் வெட்டுவதுபோல் பளிச் பளிச் என்று வெளிச்சம் தெரிதல், புள்ளி புள்ளியாக நிறைய பூச்சி பறப்பதுபோல் கண் முன்னே தெரிதல், திரை போட்டு பார்வையை மறைப்பதுபோல் இருத்தல், முழுவது மாகப் பார்வை இழப்பு ஆகியவை முக்கிய அறிகுறிகளாகும். கிட்டப்பார்வை உள்ளவர்களுக்கு இந்தப் பாதிப்பு அதிகம்.

இந்தப் பாதிப்பு இருப்பது கண்டறியப்பட்டால், உடனடியாக மருத்துவச் சிகிச்சையைப் பெறவேண்டும். விழித்திரையின் ரத்த ஓட்டம் பாதிக்கப்பட்டுவிட்டால், என்ன சிகிச்சை செய்தாலும் பார்வை இழப்பைத் தடுக்க முடியாது.

விழித்திரையில் ஓட்டை, விரிசல் போன்று ஏதேனும் ஏற்பட்டிருந்தால், சர்க்கரை நோயைக் கட்டுப்பாட்டில் வைத்துக்கொண்டு, லேசர் முறையிலான சிகிச்சைகளை மேற்கொள்ளலாம்.

நீரழுத்த நோய்

கண்களில் அழுத்தம் உண்டாகி பார்வை நரம்புகளைப் பாதித்து பார்வைக் குறையை உண்டாக்கும் பாதிப்புதான் நீரழுத்த நோய். இதை கிளாக்கோமா என்று சொல்வார்கள்.

இதில் 20-க்கும் மேற்பட்ட வகைகள் இருந்தாலும், தீவிர மான கிளாக்கோமா, நீடித்த கிளாக்கோமா, பிறவியிலேயே வரும் கிளாக்கோமா ஆகியவை முக்கியமானவை. இவை எல்லாமே, கருவிழியில் அழுத்தத்தை உண்டாக்கும்.

கண்ணில் உள்ள நீர் சரியான முறையில் வடியாதபோது, அதிக அழுத்தம் உண்டாகிறது. இதனால், கண் நரம்பு மற்றும் ரெட்டினாவின் இணைப்புப் பகுதியில் அழுத்தம் அதிகரித்து, காட்சிகளை மூளைக்குக் கொண்டுசெல்லும், கண் நரம்பு களுக்குச் செல்லும் ரத்த ஓட்டம் தடைபடுகிறது.

நீடித்த கண் அழுத்த நோயால், ரத்த ஓட்டக் குறைவு அதிகரித்து கண் நரம்புகள் இறக்க நேரிடுகிறது. இதனால், பார்வையில் கறுப்புப் புள்ளிகள் விழுகின்றன. முதலில் பக்கவாட்டுக் காட்சிகள் மங்கலாகத் தெரியும்.

அறிகுறிகள்

கண்களில் வலி, பார்வை இரட்டிப்பு, முகத்தில் வலி, கண் சிவத்தல், குமட்டல், பார்வை மங்கலாகத் தெரிதல், நிற மாலையில் நிறம் தெரியாமல் காட்சிகள் கறுப்பு வெள்ளை யாகத் தெரிதல் ஆகியவை முக்கிய அறிகுறிகள்.

நோய் அறிதல்

கண் அழுத்தம் அதிகமாகி, மெல்ல மெல்ல நரம்புகளை தளரச் செய்கிறது. முதலில், இந்தத் தளர்வு கண் நரம்பின் ஓரப் பகுதிகளில் ஏற்படுகிறது. இதனால் ஏற்படும் பார்வை இழப்பும் ஓரப்பகுதிகளில்தான் தெரியும்.

இதை, முதலிலேயே கண்டுபிடிக்க முடியாது. நோய் முற்றி பார்வை மோசமாகும்போதுதான் கண்டறிய முடியும். இந்தப் பாதிப்பை, ஆரம்ப நிலையில் கண்டறிந்து கட்டுப்படுத்த வேண்டும்.

40 வயதுக்கு மேற்பட்டவர்களை, இந்த நோய் அதிகமாகத் தாக்கும் என்பதால், அத்தகைய வயதில் இருப்பவர்கள் ஆண்டுக்கு ஒருமுறை கண் பரிசோதனை செய்துகொள்ள வேண்டும்.

இது பரம்பரையாகவும் வரும். குடும்பத்தில் ஒருவருக்கு கிளாக்கோமா இருந்தால், அவருடன் ரத்தத் தொடர்பு உள்ள வர்கள், அவர்கள் இந்த நோயால் பாதிக்கப்படும் வாய்ப்புகள் அதிகம். எனவே, குடும்பத்தினர் அனைவரும் பரிசோதனை செய்துகொள்ள வேண்டும்.

கிளாக்கோமா என்பது கண் நரம்பு சார்ந்த பிரச்னை ஆகும். இதனால், உலகில் ஆறு கோடிப் பேர் பாதிக்கப்பட்டிருக் கிறார்கள். பார்வை இழந்தவர்கள் சுமார் 75 லட்சம்.

கிளாக்கோமா இருந்தால், உடனடியாக கண் மருத்துவரை அணுகி சிகிச்சை பெற்றுக்கொள்ளுங்கள். பொதுவாக, கண் பாதிப்புகள் ஏற்பட்டிருந்தால், சர்க்கரை நோய் இருக்குமோ என்பதைப் பரிசோதித்து, தரமான கண் மருத்துவச் சிகிச்சையை மேற்கொள்ளுங்கள்.

5. நரம்பு மற்றும் ரத்த நாளங்கள் சார்ந்த பிரச்னைகள்

நமது உடலைப் பின்னிப் பிணைந்திருக்கும் நரம்புகள்தான், நாம் துடிப்பாகச் செயல்படுவதற்காக சக்தியை அளிக் கின்றன. இந்த நரம்புகள் பாதிக்கப்படும்போது பல்வேறு பிரச்னைகள் உண்டாகின்றன.

நரம்புகளில் பல வகைகள் இருக்கின்றன. மூளையில் இருந்து உடல் முழுவதும் கட்டளைகளைக் கொண்டு செல்பவை 'மோட்டார் நரம்புகள்'. உடலில் இருந்து மூளைக்குத் தகவல் களைக் கொண்டு செல்லும் நரம்புகளுக்கு 'உணர்வு நரம்புகள்' அல்லது 'சென்சாரி நரம்புகள்' என்று பெயர். இந்த நரம்புகள் தான் உடலில் வெப்பம், குளிர்ச்சி, தொடுதல் போன்ற வற்றை மூளைக்குத் தெரியப்படுத்துகிறது. தானாகச் செயல் படும் நரம்புகளுக்கு 'பரிவு நரம்புகள்' அல்லது 'தானியங்கு நரம்புகள்' என்று பெயர். திசுக்களின் அடிப்பாகம் வரை சிறு சிறு நரம்புகள் இருக்கும். இவைதான், உணர்வுகளைக் கடத்தும் 'உணர்வு நரம்புகள்'.

நரம்பு மண்டலத்தின் இயக்கத்துக்கு அடிப்படையாக இருப் பவை நரம்பு செல்கள். இவை, நியூரான்கள் எனப்படும். நமது மூளை மற்றும் தண்டுவடத்தில் மட்டும் சுமார் 12 கோடி நியூரான்கள் இருக்கும். மூளையின் மேல் பகுதியில் 75 சதவீத

நியூரான்கள் உள்ளன. இவை ஏற்படுத்தும் அதிர்வுகள் மூலமாகத்தான் மூளை வேலை செய்யும்.

உள் உறுப்பில் இருந்து மேல் புறமாக வரும்போது, இந்த நரம்புகள் மெலிதாக, சிறு சிறு முனைகளைக் கொண்டதாக இருக்கும். சர்க்கரை நோயின்போது, இந்த நரம்பு நுனிகள் அழிக்கப்படுவதால் பாதிப்பு ஏற்படுகிறது.

நரம்பு மண்டலப் பாதிப்பில் முதன்மையானது ஆண்மைக் குறைபாடுதான். சர்க்கரை நோயாளிகள் அத்தனை பேருக்குமே ஆண்மைக் குறைவு ஏற்படத் தொடங்கும். நோயைக் கட்டுப்பாட்டுக்குள் வைத்துக்கொள்ளாவிட்டால், ஆண்மைக் குறைவு முழு அளவில் ஏற்படும்.

பாலுறவுச் செய்கையும் நரம்புகளும்

பாலுறவுச் செய்கையில், நரம்புகளின் பங்களிப்பு மிக முக்கிய மானவையாகும். அவற்றில், முதலாவதாக இருப்பவை, முகர்தல் (வாசனைத் தூண்டலை முகர்ந்து பார்த்தல்), உணர்தல் (தொடுதல் மூலம் உணரப்படுதல்) ஆகியவற்றைக் கடத்தும் ‘உணர்ச்சி சிறு நரம்புகள்’.

முகர்தலைத் தூண்டும் நரம்புகள், பாலுறவுத் தூண்டுதலில் மிக முக்கியப் பங்கு வகிக்கின்றன. இந்த முகர்தல் உணர்வு தான், விலங்குகளின் பாலுறவுத் தூண்டலுக்கு வித்திடுகிறது.

பெண்கள் மாதவிலக்குச் சமயங்களில் இருக்கும்போது, இத்தகைய வாசனை உணர்ச்சியே அவர்களின் பாலுறவுத் தூண்டலை அதிகரிப்பதாக ஆராய்ச்சிகள் கூறுகின்றன. இதனால்தான், ஆண்களின் உடல் வாசனைகூட தங்களுக்குப் பாலுணர்ச்சியைத் தூண்டுவதாகப் பெண்கள் கூறுகின்றனர். ஆனால், இந்த இன ஈர்ப்புச் சுரப்பான பெராமோன்கள், விலங்குகளில் செக்ஸ் உணர்ச்சியைத் தூண்டுவதைப்போல் மனிதர்களில் தூண்டுவது கிடையாது.

பாலுணர்ச்சியைத் தூண்டுவதில் பார்வை நரம்புகளுக்கு முக்கியப் பங்கு உண்டு. பார்க்கும்போதே எதிர்பாலினத்தின் மீது ஒரு கவர்ச்சி உண்டாகிவிடுவது, உறங்கும்போது கனவுகள் தோன்றுவது, கனவில் பாலுறவு கொள்வதுபோல் வருவது எல்லாம் பார்வை நரம்புகளின் தூண்டுதலால் ஏற்படுவவைதான்.

தொடு உணர்வு நரம்புகள், உணர்ச்சியைத் தூண்டி, பாலுறவுச் செய்கையை உண்டாக்குகின்றன. ஆண் உறுப்புக்கு அதன் மேற்புற நரம்புகளான டார்சல் நரம்புகள்தான் உணர்ச்சிகளை அதிகமாகக் கடத்துகின்றன. இதனால்தான், பிறர் தொட்ட வுடனே ஆண் உறுப்பு விரைத்துக்கொள்கிறது.

ரத்த நாளங்கள்

சர்க்கரை நோய் ஆரம்பிக்கும்போது, ரத்த நாளங்கள்தான் முதலில் பாதிக்கப்படுகின்றன. இதனால், உடலின் வெளி உறுப்புகள் மட்டுமின்றி உள் உறுப்புகளும் சேதம் அடை கின்றன. சிலவேளைகளில், ரத்த நாளங்கள் விரிதல், சுருங்குதல், நசிதல் போன்ற பிரச்னைகளால் பாதிக்கப்பட்டு, பெரிய அளவில் நோயாக மாறுகிறது.

சிலர், வயதானவர்களுக்குத்தான் ரத்த நாளப் பாதிப்புகள் வரும் என்று நினைத்துக்கொண்டிருப்பார்கள். ரத்த நாளங் களில் பாதிப்புகள் எந்த வயதிலும் வரலாம் என்பதுதான் உண்மை. ஆண் உறுப்பில் சைனுசாய்ட்ஸ், காவர்னஸ் என்ற தந்துகிகளும், வெனூலர் என்ற சிறிய சிரைப் பின்னல்களும் இருக்கும்.

தந்துகிகள் விரிந்தும், சிரைகள் சுருங்கியும் காணப்படும். இவை, ஆண் உறுப்பு எழுச்சி அடையும்போது விரிந்தும், இயல்பு நிலையில் இருக்கும்போது சுருங்கியும் காணப்படு கின்றன.

விரைப்புத் தன்மை உருவாகும் விதம்

ஆண் உறுப்பை அடிப் பகுதி, தண்டுப் பகுதி, மொட்டுப் பகுதி என்று மூன்றாகப் பிரித்துக்கொள்ளலாம். அடிப் பகுதி, திசுக்கள் மற்றும் சவ்வுகளால் உடலுடன் இணைக்கப் பட்டிருக்கும்.

தண்டுப் பகுதி, நீளமாகக் காணப்படும் பாகம். இதில் காணப் படும் நரம்புகள், விரைப்பு நிலையில் ஆண் உறுப்பைப் பெரிதாக்குகின்றன.

மொட்டுப் பகுதியானது ஆண் உறுப்பின் முனையாகும். தோலால் மூடப்பட்டிருக்கும் இந்தப் பகுதி, மிகவும்

மென்மையானது. பாலுறவின்போது இங்குள்ள நரம்பு முனைகளே இன்ப உணர்ச்சியை மூளைக்குக் கடத்துகின்றன.

ஆண் உறுப்பின் மேல் பகுதியில் இரண்டு பக்கங்களிலும் கார்போரா காவெர்னோசா (Corpora Cavernosa) என்ற பஞ்சு போன்ற தசைகள் உள்ளன. இவைதான், விரைப்புத்தன்மை உருவாவதில் முக்கியப் பங்காற்றுகின்றன. இந்தப் பஞ்சுத் தசைகளுக்கு சற்று கீழ்ப் பகுதியில் இன்னொரு அறை உள்ளது. சவ்வால் ஆன இதற்கு கார்பஸ் ஸ்பாஞ்சியோசம் என்று பெயர். இதன் மத்தியில்தான் சிறுநீரையும், விந்தையும் வெளியேற்றும் சிறுநீர்ப் புழை அமைந்திருக்கிறது.

பஞ்சுத் தசைகளான கார்போரா காவெர்னோசாவில் எண்ணற்ற ரத்த நாளங்களும், சிரை நாளங்களும் உள்ளன. மென்மையான தசைநார்களும் இருக்கின்றன. கூடவே, காலியான இடங்களும் உண்டு. இந்த அறைகள் மென் திசுவால் மூடப்பட்டிருக்கும்.

விரைப்பு ஏற்படும் நிலையின்போது, மூளையில் இருந்து ஆண் உறுப்புக்கு வரும் சிக்னல் காரணமாக, ஆண் உறுப்பில் உள்ள மென்மையான தசைகள் இளகி, அவற்றில் உள்ள ரத்த நாளங்கள் விரிவதால்தான், அது பெரிய அளவு கொண்டதாக மாறுகிறது. இதனால், ஆண் உறுப்பில் உள்ள காலியான இடங்களில் ரத்தம் பாயத் தொடங்கும்.

வேகமாகப் பாயும் ரத்தத்தின் அழுத்தம் காரணமாக, ஆண் உறுப்பைச் சூழ்ந்துள்ள சவ்வால் ஆன அறையைச் சுற்றிலும் இருக்கும் சிரை நாளங்கள் அமுக்கப்பட்டு, இரத்தம் வெளி யேறுவது தடுக்கப்படுகிறது. தமனிகள் மூலம் தொடர்ந்து உள்ளே வரும் ரத்தம், வெளியேற வாய்ப்பு குறைந்து முடங்கிப்போவதால், ஆண் உறுப்பு பருத்து விரைத்துக் கொள்கிறது.

இந்த நிலை மாறும்போது, மென்மையான தசை மீண்டும் சுருங்க ஆரம்பித்துவிடுகிறது. ரத்த நாளங்களில் உள்ள ரத்த அழுத்தம் குறைந்து, ஆண் உறுப்பில் இருந்து ரத்தம் வெளி யேறுகிறது. இதனால், ஆண் உறுப்பு தளர்ந்து சுருங்கிவிடு கிறது. இதுதான் இயல்பாக விரைப்பின்போது நடைபெறும் நிகழ்வு.

ஆண் உறுப்பு விரைப்பு நிலையை அடைவதற்கு, வெளிப்புறக் காரணிகளான பார்த்தல், தூண்டல் போன்றவை தேவைப்படுவதைப்போல், மன உணர்ச்சிகளும் முக்கியப் பங்காற்றுகின்றன.

இவ்வாறே ஹார்மோன்களின் தூண்டுதல்கள், ரசாயனக் கடத்திகளின் செயல்கள் போன்ற உடலின் செயல் பாடுகளில் தோன்றும் மாற்றங்களும் ஆண் உறுப்பை எழுச்சி அடையச் செய்யும் பணியில் ஈடுபடுகின்றன.

ஆனால், சர்க்கரை நோயின்போது ரத்த நாளங்கள், தண்டுவடம் போன்றவை பாதிக்கப்பட்டுவிடுவதால், ஆண் உறுப்புக்கு ரத்த ஓட்டம் தடைபடுகிறது. ஹார்மோன்களின் செயலில் மாறுதல் தோன்றுகிறது. இணக்கமான சூழல்கள் தடைபட்டுப் போகின்றன. மன இறுக்கம் தோன்றி பாலுறவு வேட்கையைத் தடை செய்கிறது. இப்படிப்பட்ட எண்ணற்ற காரணங்கள், சர்க்கரை நோயாளியின் ஆண் உறுப்பு விரைப்பு நிலை அடைவதைத் தடை செய்துவிடுகின்றன.

காரணங்கள்

ரத்த நாளங்கள் பாதிக்கப் படுவதற்கு, சர்க்கரை நோய் தவிர,

- ★ நோய்க் கிருமிகள்
- ★ அதிகக் கொழுப்பு
- ★ மருந்து, மாத்திரைகளால் உடல் திசுக்களில் அழற்சி
- ★ அலர்ஜி
- ★ தைராய்டு போன்ற சுரப்பிக் குறைபாடுகள்
- ★ டென்ஷன் போன்ற மனம் சார்ந்த பிரச்னைகள்
- ★ உடல் உழைப்பு இல்லாமை
- ★ வயது
- ★ உயரம்
- ★ எடை
- ★ உடல் பருமன்
- ★ அதிக ரத்த அழுத்தம்

போன்றவை காரணங்களான இருக்கின்றன.

ரத்த நாளப் பாதிப்புகள், ஆரம்பத்தில் வெளியே தெரிவதில்லை. சுமார் 20 - 30 சதவீதம், பாதிக்கப்பட்ட பிறகே நோய்க்கான அறிகுறிகள் தெரியவரும். அதிலும், குறிப்பிட்ட உறுப்புகளுக்குச் செல்லும் ரத்த ஓட்டத்தில் குறைகள் ஏற்பட்ட பிறகுதான் பிரச்னை தெரிய ஆரம்பிக்கும்.

உதாரணமாக, தலை சுற்றுகிறது. கண்கள் இருட்டிக்கொண்டு வருகின்றன. வார்த்தைகள் சரியாக வராமல் உளரும் நிலை உண்டாகிறது. பேச்சு தடைபட்டுப்போகிறது. கை கால்கள் மற்றும் உறுப்புகள் செயலிழந்துபோகின்றன என்றால், மூளைக்குச் செல்லும் ரத்த ஓட்டத்தில் தடை ஏற்பட்டுள்ளதைத் தெரிந்து கொள்ளலாம். இந்தப் பாதிப்பால் பக்கவாதம் வந்துவிடும்.

கை கால்கள் மரத்துப்போதல், தசைகள் நலிவடைதல், நடக்கும்போது கை கால்களில் கடுமையான வலியும் சோர்வும் இருத்தல், கொஞ்ச தூரம் நடந்துவிட்டு அதற்கு மேல் அடுத்த அடி வைக்க முடியாமல் உட்கார்ந்து ஓய்வு எடுத்துவிட்டு பிறகு ஒரு நூறு மீட்டர்தூரம் மட்டுமே நடத்தல் போன்ற பிரச்னை இருந்தால், இரு கால்களில் இருக்கும் ரத்த நாளங்கள் பாதிக்கப்பட்டிருக்கின்றன என்பதைத் தெரிந்து கொள்ளலாம்.

ரத்த நாளங்கள் பாதிக்கப்பட்ட இடத்தில் சரியான ரத்தப் போக்கு இல்லாததால் உறுப்புகள் கறுப்பாகும். சில சமயம், ரத்த ஓட்டமே கொஞ்சம்கூட இல்லாமல் அந்தப் பகுதியில் உள்ள உறுப்புகள் செயலிழந்துவிடுவதால், அவற்றை அசைக்கவோ, ஆட்டவோ முடியாது.

ரத்த நாளங்களின் இன்னொரு முக்கிய வேலை, ரத்தத்தின் வழியாக ஆக்சிஜனை எடுத்துச்செல்வது. ரத்த நாளப் பாதிப்பு ஏற்பட்டால் இந்த வேலை தடைபடும். ஆக்சிஜன் கிடைக்காத உறுப்பின் செயல்திறன் குறைந்து, கழிவுப் பொருள்கள் அங்கேயே தேங்கத் துவங்கும். இதனால், வீக்கம், வலி, உறுப்புகள் பழுதடைதல், அங்குள்ள திசுக்கள் உயிரிழந்து விடுதல் போன்றவை ஏற்படும்.

ஒருமுறை திசு அழிந்துவிட்டால் மறுமுறை உயிர் பெறாது. அவற்றில் தேங்கும் கழிவுப் பொருள்கள் நுரையீரல், சிறு

நீரகம், கல்லீரல் போன்ற உறுப்புகளைத் தாக்கி பழுதடையச் செய்யும். இதனால், உயிருக்கு ஆபத்து நேரிடும்.

சிறுநீரகத்துக்குச் செல்லும் ரத்தக் குழாய் பாதிக்கப்பட்டால், ரத்த அழுத்தம் வேகமாக உயர்ந்துவிடும். அதை, மருந்து களால் எளிதில் கட்டுப்படுத்த முடியாது. சிறுநீரகம் பழு தடையவும், சரிவர வேலை செய்யாமல் போகவும் வாய்ப்பு இருக்கிறது.

ரத்த நாளப் பாதிப்புகளால், காலில் உள்ள நரம்புகள் புடைத்துக்கொள்ளும். மேற்சொன்னது போன்ற பல்வேறு பிரச்னை களும், சர்க்கரை நோயின்போது ரத்த நாளங்கள் அழுகுவதும் ஏற்படும்.

பெண் உறுப்பு நாளங்கள்

தசைகளை இயக்கும் பரிவு நரம்புகள் அனைத்தும் பெண்ணின் சிறுநீரகம், கீழ் முதுகு, இடுப்புப் பகுதி, கருவுறுப்பு மற்றும் சிறுநீர்ப்பை ஆகிய இடங்களில் இருந்து வருகின்றன.

பெரிடோனியம் பகுதியில் இருந்து வரும் ரத்த நாளங்களும், பாலுறுப்புக்கு ரத்தத்தை சப்ளை செய்கின்றன. இடுப்பின் கீழ்ப் பகுதியில் இருந்து வரும் ரத்த நாளங்கள் அனைத்தும் மிகவும் மென்மையானவை. விரைவில் சேதம் அடையக் கூடியவை.

நரம்புகள் அனைத்தும், பொச்சு நரம்பின் வெளிப்பகுதியில் இருந்து வரும் கிளை நரம்புகளாகவே இருக்கின்றன. இந்த நரம்புகளில் பல, ஆசனவாய்ப் பகுதியிலும், பெண் உறுப்பின் மேலுதடு, கீழ் உதடு, கிளைடோரிஸ் போன்ற பகுதியிலும் உள்ளன.

இந்த நரம்புகளே, பாலுறவுச் செய்கைகளின்போது பெண் உறுப்பைத் தளர்ச்சியாக்குவது, சுருக்குவது போன்ற செயல் களை செய்கின்றன. இவற்றில் பாதிப்பு ஏற்படும்போது, பாலுறவு சிரமமானதாக இருக்கும். திரிகப் பின்னலில் இருந்து வரும் இணைப்பரிவு மற்றும் உணர்வு நரம்புகள், ஆசனவாயில் இருந்து சினைப்பைக்கும், பிற கருவுறுப்பு களுக்கும் செல்கின்றன.

சர்க்கரை நோயின்போது நரம்புகள் பாதிக்கப்படுவதால், நரம்பு முனைகள் சிதைந்து உணர்ச்சிகளைக் கடத்துவதில்லை. தவிர, கருவுறுப்புத் தசைகளையும் இயக்குவதில்லை. இதனால், பெண் உறுப்பு விரிந்துகொடுக்காத நிலையை உண்டாக்கி, வலி உள்ள பாலுறவை ஏற்படுத்துகிறது.

நாளடைவில் பாலுறவுச் செய்கை பயமுள்ள ஒன்றாக, தவிர்க்கப்பட வேண்டிய நிலைக்குத் தள்ளிவிடுகிறது. இப்படி, பெண் உறுப்புக்குச் செல்லும் ரத்த நாளங்களை சர்க்கரை நோய் சிதைத்துவிடுவதால்,

★ போதிய ரத்தம் இல்லாத நிலை

★ பெண் உறுப்பில் வறட்சி

★ போதிய சுரப்பு நீர் உருவாகாத நிலை

★ வலியுள்ள பாலுறவு

ஆகிய நிலைகள் உண்டாகிவிடுகின்றன. மற்றபடி, சர்க்கரை நோயால் ஆண்களுக்கு எவ்வாறு நரம்பு மண்டலப் பாதிப்பு வருகிறதோ, அதே அளவு பாதிப்புதான் பெண்ணுக்கும் வரும் என்பதைத் தெரிந்துகொள்ளுங்கள்.

சர்க்கரையால் வரும் இடையூறு

சர்க்கரை நோயால், பல்வேறு கேடுகள் உடலின் உள்ளுறுப்புகளுக்கு உண்டாகின்றன. அதில் 35 முதல் 75 சதவீதம் வரை ஆண்மைக் குறைபாட்டை உண்டாக்கிவிடுகிறது.

ரத்த நாளச் சுவர்களில் இருந்து நைட்ரிக் ஆக்சைடு என்ற ரசாயனப் பொருள் வெளியிடப்பட்டு, அது ரத்தத்தில் கலக்கிறது. இந்த ரசாயனப் பொருள்தான், 'ரசாயனத் தூதுவர்'போல் செயல்பட்டு, ஆண் உறுப்பின் மென்மையான தசைகள் மற்றும் ரத்த நாளங்களை விரிவடையத் தூண்டுகிறது.

அதிகமான ரத்தச் சர்க்கரை இருக்கும்போது, ரத்தத்தில் கலக்கப்படும் நைட்ரிக் ஆக்சைடு வெளியாகாமலேயே தடுக்கப்படுகிறது. இப்படி, ரத்தத்தில் நைட்ரிக் ஆக்ஸைடு குறைந்துவிடுவதால், ஆண் உறுப்புக்கு வரும் ரத்த நாளங்கள்

சுருங்கி, ரத்த ஓட்டத்தையும் குறைக்கிறது. நாளடைவில், ரத்த நாளங்கள் பாதிக்கப்பட்டு, சிதைந்துவிடுகின்றன.

ஆண் உறுப்பு இரத்த நாளங்களை மட்டுமின்றி, உடலின் எல்லா பகுதியிலும் உள்ள ரத்த நாளங்களுக்குச் செல்லும் நைட்ரிக் ஆக்சைடையும் சர்க்கரை தடுப்பதால்தான் ரத்த நாளப் பாதிப்புகள் ஏற்படுகின்றன.

சர்க்கரை நோயால் பாதிக்கப்பட்டவர்களுக்குச் சுமார் 73 சதவீதம் அளவுக்கு, அதிகமான ரத்த அழுத்தமும், சர்க்கரை நோயும் சேர்ந்து ரத்த ஓட்டத்தைக் குறைத்து, ரத்த நாளச் சிதைவை உண்டாக்குவதாக ஆய்வுகள் சொல்கின்றன.

ரத்தத்தில் உள்ள கெட்ட கொழுப்புகள், ரத்த நாளச் சுவர் களில் படிந்து, அவற்றைச் சுருக்கிவிடுகின்றன. இந்த நிலை யில், ரத்த நாளங்கள் விரிவடைவதில் சிக்கல்கள் தோன்று கின்றன. ஒருவேளை விரிவடைந்தாலும், அவை நைந்து கிழிந்துவிடும்.

ரத்தக் கொழுப்புடன், சர்க்கரை நோயும் சேர்ந்திருக்கும் போது, பாதிப்பின் அளவு அதிகரித்து விரைப்பு ஏற்படாத நிலை உண்டாகிறது. புகைப் பழக்கம் உள்ளவர்களுக்கும் ரத்த நாளங்கள் சுருங்குவதால், அவை விரிவடைவதில் சிக்கல்கள் இருக்கும். சர்க்கரை நோயும் இதனோடு சேர்ந்து கொள்வதால், ரத்த நாளங்கள் விரைப்படையாமல் ஆண்மைக் குறைவு ஏற்படுகிறது.

ஆண்மைக் குறைபாடு உள்ளவர்கள் என்ன செய்யலாம்?

சர்க்கரை நோய் இல்லாதவர்களைவிட, சர்க்கரை நோயாளி களுக்கு ஆண்மைக் குறைபாடு ஏற்படுவதற்கான வாய்ப்பு இரண்டு மடங்கு அதிகம். தவிர, 10-15 ஆண்டுகளுக்கு முன்பாகவே விரைப்புத்தன்மை குறைந்துவிடுவதாக ஆராய்ச்சிகள் சொல்கின்றன.

ஆண்மைக் குறைபாடு ஏற்படுவதைத் தவிர்க்கவும், குறைபாடு அதிகரிக்காமல் தடுக்கவும் முன்னெச்சரிக்கை நடவடிக்கை களை மேற்கொள்ள வேண்டும். வாழ்க்கை முறையில் மாற்றத்தை ஏற்படுத்தி, ரத்தச் சர்க்கரையின் அளவைக் கட்டுப்பாட்டுக்குள் வைத்துக்கொள்வது முதல் வேலை.

இதற்கு, பரிசோதனை முதல் சிகிச்சை வரை அனைத்தையும் முறையாக எடுத்துக்கொள்ள வேண்டும்.

கட்டுப்பாடான வாழ்க்கை, ஊட்டமுள்ள - அதே வேளையில் சர்க்கரையை அதிகப்படுத்தாத உணவு முறை, உடற் பயிற்சிகள், சர்க்கரை நோய்க்கான மருந்து மாத்திரைகளைத் தவறாமல் எடுத்துக்கொள்ளுதல், ரத்த அழுத்தத்தைக் கட்டுப் பாட்டுக்குள் வைத்துக்கொள்ளுதல் ஆகியவை மிக முக்கியம்.

உங்களுக்குச் சர்க்கரை நோய் இருந்தால், அதைக் கட்டுப் பாட்டுக்குள் வைத்துக்கொள்ளுங்கள். அவ்வப்போது ரத்தச் சர்க்கரையின் அளவைப் பரிசோதித்துக்கொள்ளுங்கள். ரத்தச் சர்க்கரை அளவு மிகவும் குறைந்துவிடாமலும், இயல்பான அளவைவிட அதிகமாகாமலும் பார்த்துக்கொள்ளுங்கள்.

ரத்தச் சர்க்கரை அளவைக் குறைத்துக்கொள்ள வேண்டும் என்பதை இலக்காக வைத்து, அதற்கேற்ற வழிமுறைகளை மருத்துவரிடம் கேட்டுத் தெரிந்துகொள்ளுங்கள். தொடர்ச்சி யான மருத்துவப் பரிசோதனைகளை மேற்கொண்டு, சர்க்கரை நோயைக் கட்டுப்படுத்துவதோடு, ஆண்மைக் குறைபாடு ஏற்படாமலும் தடுத்துக்கொள்ளலாம்.

6. மிகை ரத்த அழுத்தம்

சர்க்கரை நோய்க்கும் மிகை ரத்த அழுத்தத்துக்கும் என்ன தொடர்பு என்று கேட்கமாட்டீர்கள் என நினைக்கிறேன்.

சர்க்கரை நோயானது நேரடியாக ரத்த நாளங்களைப் பாதிப்பதால், ரத்த அழுத்தம் ஏற்படும்போது ரத்த நாளங்கள் சிதைந்துவிடுகின்றன. எந்த உறுப்புக்குச் செல்லும் நாளங்கள் பாதிக்கப்படுகின்றனவோ அந்த உறுப்பில் பிரச்னை தொடங்கும்.

அந்த அளவுக்கு மிகவும் தீவிரப் பாதிப்பான மிகை ரத்த அழுத்தம் பற்றித் தெரிந்துகொள்ளுங்கள்.

இதயத்துக்கு ரத்தம் வரும்போது ஒரு குறிப்பிட்ட வேகத் திலும், இதயத்தில் இருந்து வெளியேறும்போது ஒரு குறிப் பிட்ட வேகத்திலும், ரத்த நாளங்கள் வழியாக வெளியேறும். இதற்கு ரத்த அழுத்தம் என்று பெயர்.

ரத்தம் வழியாக செல்களுக்கு ஆக்சிஜனை கடத்துவதற்கு ரத்த அழுத்தம் தேவை. உடல் உறுப்புகள் அனைத்தும் ஒன்றோடு ஒன்று இணைந்து வேலை செய்யும்போது, ரத்த அழுத்தம் இயல்பாக இருக்கும். ஆனால், அவற்றுக்கு இடையே சமச்சீரின்மை ஏற்படும்போது மிகை ரத்த அழுத்தம் வந்துவிடும்.

ரத்த அழுத்தத்தை 120/80 என்று குறிப்பிடுவதாக வைத்துக் கொள்ளுங்கள். இதில், பெரிய எண்ணிக்கையானது இதயம் பம்ப் செய்யும்போது நாளங்களுக்குள் பாயும் ரத்த அழுத்தத்தின் அளவு. ரத்தத்தை வெளியேற்றிய பிறகு இதய அறைகள் சற்று ஓய்வு எடுத்துக்கொள்ளும். அந்த நேரத்தில் ரத்த அழுத்தம் சற்றுக் குறையும். இதைச் சிறிய எண்ணில் குறிப்பிடுவார்கள்.

கவலை, மன இறுக்கம்,காஃபீன் மற்றும் நிகோடின் பொருள்களைப் பயன்படுத்துதல், உடற்பயிற்சி செய்தல் ஆகியவற்றின் போது ரத்த அழுத்தம் அதிகரிக்கும்.

ரத்த அழுத்தத்தின்போது என்ன நடைபெறுகிறது?

ரத்தத்தில் கொழுப்பு நகர்ந்து செல்கிறது என்பது உங்களுக்குத் தெரியும். ரத்தம் வேகமாக அடித்துச் செல்லப்பட வேண்டிய கட்டாயத்தில் இருக்கும்போது, ஆங்காங்கே ரத்த நாளங்களில் கொழுப்புகள் படிந்துவிடும். இதனால், ரத்த ஓட்டத்தில் தடை ஏற்படும்.

இதய ரத்த நாளங்களில் இவ்வாறு தடை ஏற்படும்போது, இதயத்தில் ஊசியால் குத்துவதுபோன்ற வலி உண்டாகும். பிறகு, மாரடைப்பு வரும். மூளைக்குச் செல்லும் ரத்த நாளத்தில் கொழுப்பு அடைபட்டால், பக்கவாதம் வரும். இவ்வாறே சிறுநீரகம், கண்கள், கால்கள் போன்ற உறுப்புகளுக்குச் செல்லும் ரத்த ஓட்டம் தடைபடும்போது, அந்த உறுப்புகள் பாதிக்கப்பட்டு, கடைசியில் செயலிழப்புகூட நேரிடலாம்.

ரத்தம் வேகமாக ரத்த நாளங்களில் மோதும்போது, ரத்த ஓட்டத்தின் அளவுக்கு ஏற்ப ரத்த நாளங்கள் சுருங்கவும், விரியவும் வேண்டியிருக்கும். ஒருமுறை இருமுறை என்றால் பரவாயில்லை. தினமும், ஆண்டுக்கணக்கில் இப்படி நிகழ்வதுதான் வாடிக்கை என்றால், நாளங்கள் தங்களின்

நெகிழ்வுத் தன்மையை இழந்து உருக்குலைய ஆரம்பிக்கும். சில நேரங்களில், ரத்த நாளங்கள் சிதைந்து ரத்தக் கசிவும் உண்டாகும்.

இதயத்தின், இடது வென்ட்ரிகில் ரத்த அழுத்தத்தைக் கட்டுப் படுத்தப் போராடும். இந்த நிலையில், அதிகப்படியான வேலைப் பளுவை தன் மீது தூக்கிப் போட்டுக்கொண்டு, ரத்த நாளங்களை விரிப்பதும் சுருக்குவதுமாக மாறி மாறிச் செயல்பட்டு தளர்ந்து, கடைசியில் செயல்படும் சக்தியை இழந்துபோகும். இதைத்தான் 'ஹார்ட் ஃபெயிலியர்' அல்லது 'இதயச் செயலிழப்பு' என்று சொல்வார்கள்.

மாரடைப்பை உண்டாக்குவதில் மிகை ரத்த அழுத்தமும், சர்க்கரை நோயும் இணைந்து செயல்படக்கூடியவை. இவை இரண்டும் இருந்தால், மாரடைப்பு வரும் வாய்ப்பு அதிக மாகும்.

அறிகுறிகள்

ரத்த அழுத்தம் இருந்தால் சிலர் தலையைப் பிடித்துக்கொள் வார்கள். காரணம், தலைபாரமாக இருப்பதால்தான். பெரும் பாலானவர்களுக்கு, தலைபாரம்தான் ரத்த அழுத்தத்தின் போது தெரியவரும் பெரிய மற்றும் முக்கிய அறிகுறி.

மற்றபடி, ரத்த அழுத்தம் இருப்பது யாருக்கும் தெரிய வராது. பெரும்பாலும், மருத்துவப் பரிசோதனையின்போதுதான் மிகை ரத்த அழுத்தம் இருப்பது தெரியவரும்.

ஒருவரின் ரத்த அழுத்தம் வெவ்வேறு நேரங்களில் வேறு படலாம். அதனால், ஒருவருக்கு ரத்த அழுத்தம் உள்ளது என்று முடிவு செய்வதற்கு முன், குறைந்தது மூன்று முதல் ஐந்து முறை வெவ்வேறு நேரங்களில் ரத்த அழுத்தம் கணக்கிடப்பட வேண்டும்.

ரத்த அழுத்தத்தின் சராசரி அளவு, இதயம் சுருங்கும்போது (சிஸ்டாலிக்) 140 மில்லி மீட்டராகவும், விரியும்போது (டயாஸ்டாலிக்) 90 மில்லி மீட்டராகவும் இருக்க வேண்டும். இது, அதிகபட்ச அளவாகும். இதற்குக் கூடுதலாக அதாவது, 140/90-க்கு அதிகமாக இருந்தால், அவருக்கு மிகை ரத்த அழுத்தம் இருப்பதை உறுதிசெய்து கொள்ளலாம்.

பிரதான ரத்த அழுத்தம் உள்ளவர்களுக்கு அடிக்கடி தலைவலி வரும். இது, காலையில் விழித்தெழும்போது அதிகமாக இருக்கும். ரத்த அழுத்தம் நீண்ட நாள்களாக இருந்து, ரத்த நாளங்களில் சிதைவு மாற்றங்கள் ஏற்பட்ட பிறகு நோய் அறிகுறிகள் அதிகமாகக் காணப்படும்.

இதயச் செயலிழப்பின் அறிகுறிகளாக மேல் மூச்சு வாங்கும். நடக்கும்போது பெருமூச்சு வரும். இதயத்தின் இடதுபக்க கீழ் அறையின் கடினத் தன்மையாலும், நுரையீரல் சிரைகளில் ரத்தம் தேங்குவதாலும் இப்படி மூச்சு வாங்கும்.

★ ஒரு குறிப்பிட்ட நிலையில் மட்டுமே படுத்தல்

★ இரவில் அடிக்கடி சிறுநீர் கழித்தல்

★ நிலையான இடது பக்க இதயச் செயலிழப்பு

★ இதய ரத்த ஓட்டக் குறைவால் நெஞ்சு வலி,

★ மாரடைப்பு

★ மூளையின் ரத்த நாளங்களில் பாரிச வாயு உண்டாதல்

★ கண் பார்வை மங்குதல்

★ ரத்த அழுத்தத்தால் மூளைப் பாதிப்பு

★ சிறுநீரகப் பாதிப்பால் ரத்த சோகை உண்டாதல்

★ சோர்வு

★ வாந்தி

★ கை கால்களில் வீக்கம்

- போன்றவை, மிகை ரத்த அழுத்தத்தால் ஏற்படும் அறிகுறி களாகும்.

ரத்த அழுத்தத்தின் வகைகள்

காரணம் கண்டறிய முடியாத காரணிகளால் வரும் ரத்த அழுத்தத்தை 'பிரைமரி ஹைபர்டென்ஷன்' அல்லது 'பிரதான ரத்த அழுத்தம்' என்றும், குறிப்பிட்டுச் சொல்லும்படியான காரணங்களால் வருவதை 'செகண்டரி ஹைபர்டென்ஷன்' அல்லது 'சார்புடைய ரத்த அழுத்தம்' என்றும் கூறுவார்கள்.

காரணத்தை முழுவதுமாகக் களைந்துவிட்டால், ரத்த அழுத்தம் முழுவதுமாகக் குணமாகிவிடும். உதாரணமாக, சிறுநீரகக் கோளாறு காரணமாக ரத்த அழுத்தம் ஏற்பட்டிருந்தால், அந்தக் கோளாறைச் சரிப்படுத்தினால், ரத்த அழுத்தம் தானாகச் சரியாகும்.

கர்ப்பக் காலத்தில் வரும் ரத்த அழுத்தம்

இது, 20-30 வயதுப் பெண்களிடையே, முதல் முறையாகக் கர்ப்பம் அடைந்த ஆறு முதல் ஏழு மாதங்களில் ஏற்படும். கால் பாதங்களில் வீக்கம், கண்களின் கீழ் இமைகளில் வீக்கம் ஆகியவை, குறிப்பாக காலையில் தூங்கி எழும்போது அதிகமாக இருக்கும்.

கர்ப்பமாக இருக்கும் பெண், எதன் மீதோ ஆசைப்பட்டு வீங்கிவிட்டாள் என்று சொல்லி இதைப் பெரிதுபடுத்தாமல் விட்டுவிடுவார்கள்.

கை கால்களில் வீக்கம் இயல்பாக வருவதுதான் என்று அலட்சியமாக இருந்துவிட்டால், பிறகு உயிருக்கே ஆபத்தாக முடியும். கர்ப்பக் காலத்தில், சிறுநீரில் புரதச் சத்து அதிகமாகக் காணப்படும். பிரசவ நேரத்தின்போது மயக்கமும், கை கால்களில் வலிப்பும் ஏற்படும். இதை எக்ளாம்ப்சியா என்று சொல்வார்கள்.

அநேகமாக, குழந்தை பிறந்த பிறகு, ரத்த அழுத்தம் சாதாரண நிலைக்கு வந்துவிடும். ஆனால், சிலருக்கு இரண்டு மூன்று ஆண்டுகளிலேயே மீண்டும் ரத்த அழுத்தம் வந்துவிடும். அதனால், அவ்வப்போது மருத்துவரிடம் பரிசோதனை செய்துகொள்ள வேண்டும்.

பிரதான ரத்த அழுத்தம்

இதுதான், சமுதாயத்தில் அதிக அளவில் காணப்படும் நோய். இது, பின்வரும் காரணங்களால் வருகிறது.

★ நாளமில்லாச் சுரப்பிகளால்

கண்டுபிடிக்க முடியாத வகையைச் சேர்ந்தது. குஷிங்ஸ் சிண்ட்ரோம், கான்ஸ் சிண்ட்ரோம், பியோகுரோமோசைட்டோமா காரணமாக ரத்த அழுத்தம் அதிகரிக்கலாம்.

★ சிறுநீரகங்களால் ரத்த அழுத்தம்

சிறுநீரகங்களின் ரத்தத் தமனிகளில் சுருக்கம் ஏற்படுதல், பாக்டீரியா போன்ற நுண்கிருமிகளால் சிறுநீரகம் பாதிக்கப் பட்டு அழற்சி அடைதல், சிறுசிறு காற்றுப் பைகளுடன் கூடிய செயலிழந்த பெரிய சிறுநீரகங்கள், இரு சிறுநீரகங் களுள் ஒன்று மற்றதைவிட பெரியதாக இருத்தல், சிறுநீர் பிரியும் பாதையில் அடைப்பு இருத்தல், சிறுநீரகங்களில் கட்டிகள் போன்றவற்றால் ரத்த அழுத்தம் அதிகரிக்கும்.

★ பரம்பரை

மிகை ரத்த அழுத்தம் ரத்த அழுத்தம், பரம்பரையாக எப்படி ஏற்படுகிறது என்பது இன்னும் ஆராய்ச்சிக்குரியதாக இருக் கிறது. என்றாலும், ஒரே குடும்பத்தில் பலருக்கு ரத்த அழுத்தம் வருவதையும் மறுப்பதற்கில்லை. ஒரு குடும்பத் தில் ஒருவருக்கு மிகை ரத்த அழுத்தம் இருந்தால், மற்றவர் களுக்கும் இது வர வாய்ப்பு இருக்கிறது.

★ உப்பு

உப்பை அதிகமாகச் சேர்த்துக்கொள்வதால் ரத்த அழுத்தம் அதிகரிக்க வாய்ப்புள்ளது. சிறுநீரகச் செயல்பாடுகளையும் மிகை உப்பு பாதிக்கும். உப்பு அதிகரிக்கும்போது, அதை விடப் பல மடங்கு நீர் உடலிலேயே தேங்கிவிடும். இப்படி, உப்பும் நீரும் சிறுநீரகத்தால் வெளியேற்றப்படாமல் உடலில் தேங்கும்போது ரத்த அழுத்தம் அதிகரிக்கிறது.

★ வயது

வயது அதிகமாக ஆக, அதற்கேற்ப ரத்த அழுத்தமும் அதிகரிக்கும். இது, ஆண்களுக்கும் பொருந்தும். ஆனால், பெண்களுக்கு மாதவிலக்கு முற்றுப்பெற்ற (மெனோபாஸ்) பிறகு மிகை ரத்த அழுத்தம் ஏற்படும். அநேகமாக, ரத்த நாளங்களின் கனம் அதிகமாவதாலும், ரத்த நாளங்களில் ஏற்படும் சிதைவு மாற்றங்களாலும் மிகை ரத்த அழுத்தம் ஏற்படலாம்.

★ வேறு காரணங்கள்

நரம்பு மண்டலங்களின் ரசாயனக் கடத்திகளான கேட்டிக்கால் அமின் போன்றவையும் ரத்த அழுத்தத்தை அதிகமாக்கு

கின்றன. இன்னும் சரிவர புரிந்துகொள்ள முடியாத சில அழுத்த அனிச்சைச் செயல் ஈர்ப்பு மையங்கள், கழுத்தில் உள்ள முக்கியத் தமனியில் உள்ளன. இவையும் ஓரளவு ரத்த அழுத்தத்தை அதிகமாக்குகின்றன.

ரத்த அழுத்தத்தால் செல்களில் ஏற்படும் மாற்றங்கள்

ஒருவருடைய எடை மற்றும் ரத்த அழுத்தத்தைப் பொறுத்து, இதயத்தில் திசுச் செல்களின் எண்ணிக்கை அதிகரிக்கும். சின்னச் சின்ன ரத்த நாளங்களிலும் செல் எண்ணிக்கை அதிகமாவதால் அவற்றின் பருமன் அதிகரிக்கிறது. இந்த மாற்றங்கள் தொடரும்போது, செல்களில் சிதைவு மாற்றங்கள் உண்டாகின்றன.

இதயத்தில் ஏற்படும் இந்த மாற்றங்களால், ரத்த ஓட்டக் குறைபாடு ஏற்பட்டு இறுதியில் மாரடைப்பு உண்டாகலாம். இதில் இருந்து பிழைக்க நேரிட்டாலும், ஹார்ட் பெயிலியர் எனப்படும் இதயச் செயலிழப்பு உண்டாகும்.

திசு மாற்றங்களைப் பொறுத்து, இதயத்திலும் ரத்த நாளங் களிலும் உண்டாகும் மாற்றங்களை, அனுசரிப்பான மாற்றங் கள், சிதைவு மாற்றங்கள் என்று இரண்டாகப் பிரிக்கலாம்.

நுண்மையான கொழுப்புப் பொருள்கள், ரத்த நாளச் சுவர் களில் படியும்போது, நாளங்கள் சிதைய ஆரம்பித்துவிடு கின்றன. அதன்பிறகு, ரத்த நாளத்தின் மிக மெல்லிய உள்சுவரும், நடுச்சுவரும் தடித்துப் பருமனாகின்றன.

இத்தகைய மாற்றங்கள் பெரும்பாலும் சிறுநீரகங்கள் மற்றும் மூளையில் உள்ள ரத்த நாளங்களில் ஏற்படுகின்றன. மூளை யில் பாதிக்கப்பட்ட நாளங்களில் ரத்த அழுத்தம் அதிகரிக்கும் போது, ரத்தக் கசிவு ஏற்பட்டு நரம்பு மண்டலங்களைச் செயலிழக்க வைக்கும். இதனால், சுய நினைவு இல்லாமை, கை கால்கள் செயலிழப்பு போன்றவை ஏற்படலாம்.

பிரதான ரத்த அழுத்தம் எவ்வளவுக்கு எவ்வளவு அதிகமாக இருக்கிறதோ அவ்வளவுக்கு அவ்வளவு பாதிப்பும் அதிக மாகும். சில சமயம் ஓரளவு சீராக இருந்துவரும் ரத்த அழுத்தம், அடுத்த ஆறு முதல் பன்னிரண்டு மாதங்களில் அதிகமாகி மரணம்கூட ஏற்படலாம்.

இந்தச் சிதைவு மாற்றங்கள் மிகச் சிறிய ரத்த நாளங்களில் ஏற்படும்போது, இரத்தம் ஆங்காங்கே உறைந்து ரத்த ஓட்டம் தடைபடலாம். இதுபோன்ற மாற்றங்கள் கண்களிலும், சிறுநீரகங்களிலும் அதிகமாகக் காணப்படுகின்றன. மூளையில் உள்ள ரத்தக் குழாய்கள் பாதிக்கப்பட்டு மூளைச் செல்களில் நீர் தேக்கம், ரத்தக் கசிவு, மயக்கம், சுயநினைவு இழத்தல் மற்றும் மரணம் ஆகியவை நிகழலாம்.

பரிசோதனைகள்

ரத்த அழுத்தம் இருந்தாலும் இல்லாவிட்டாலும் 40 வயதுக்கு மேல் அனைவரும் அவசியம் முழு உடல் பரிசோதனை மேற்கொள்ள வேண்டும்.

ரத்தப் பரிசோதனையில், முக்கியமாக சர்க்கரை, உப்பு, கிரியாட்டினின், கொலஸ்ட்ரால், டிரைகிளிசரைட்ஸ், யூரிக் அமிலம் மற்றும் கொழுப்பின் துணைப் பொருள்களான அதிக அடர்த்திக் கொழுப்பு, குறை அடர்த்திக் கொழுப்பு, மிகக் குறைந்த அடர்த்திக் கொழுப்பு ஆகியவை பரிசோதிக்கப்பட வேண்டும்.

ரத்தச் சிவப்பு அணுக்களின் எண்ணிக்கை, ரத்த வெள்ளை அணு மற்றும் அவற்றின் வகைகளின் எண்ணிக்கை, ரத்த செல் தட்டுகளின் எண்ணிக்கை, ஹீமோகுளோபின் முதலியவை பார்க்கப்பட வேண்டும். சிறுநீரின் எல்லா வகையான சோதனைகளையும் செய்ய வேண்டும்.

மார்பு எக்ஸ்-ரே எடுத்து நுரையீரல் போன்ற உள் உறுப்புகளையும் கவனமாகப் பரிசோதிக்க வேண்டும். அல்ட்ரா சவுண்டு உதவியோடு நுரையீரலில் ஏதேனும் குறைகள் தென்படுகின்றனவா என்பதையும், ஆஞ்சியோகிராபி மூலம் ரத்த நாளச் சுருக்கம் இருக்கிறதா என்பதை யும் கண்டறிய வேண்டும். கண் பரிசோதனையை முழுவதுமாகச் செய்ய வேண்டும். முக்கியமாக, விழித்திரையைப் பரிசோதித்து, அதில் ஏற்படும் மாற்றங்களை ஆராய வேண்டும்.

சிகிச்சைகள்

உணவில் உப்பை குறைவாகப் பயன்படுத்த வேண்டும். உப்பு நிறைந்த ஊறுகாய், அப்பளம், வடாம், கருவாடு போன்ற

வற்றைத் தவிர்க்க வேண்டும். உப்பைக் குறைக்கும்போது அதனோடு சேர்ந்து வெளியேற்றப்படும் நீரின் அளவும் குறைவதால், சிறுநீரகங்களின் வேலைப்பளுவும் குறை கிறது. 24 மணி நேரத்தில் அதாவது ஒரு நாளைக்கு, ஐந்து கிராம் உப்பு சாப்பிட்டால் போதுமானது.

புகைப் பிடிப்பதைத் தவிர்க்க வேண்டும். இதில் உள்ள நச்சுகள், ரத்தக் குழாய்களை நேரடியாகப் பாதித்து ரத்த நாளங்களைச் சுருக்கி ரத்த அழுத்தத்தை அதிகரிக்கிறது.

உடல் எடை அதிகம் இருந்தால் குறைத்துக்கொள்ள வேண்டும். மது, கொழுப்பு நிறைந்த உணவுப் பொருள்கள், மாமிசம், முட்டை, பால், தயிர், வெண்ணெய் போன்ற வற்றைத் தவிர்ப்பது நல்லது.

சர்க்கரை நோயின்போது ரத்த நாளங்கள் அனைத்தும் சிதைவுற நேரிடுவதால், மிகை ரத்த அழுத்தம் ஏற்படுகிறது. இதனால்தான், சர்க்கரை நோய் உள்ளவர்களுக்கு, ரத்த அழுத்த நோய் (ரத்தக் கொதிப்பு) இருக்கிறது. சைலன்ட் ஹார்ட் அட்டாக் எனப்படும் மாரடைப்பும் வருகிறது.

பெண்களின் மரணத்துக்கு 51 சதவீதமும், ஆண்களின் மரணத்துக்கு 37 சதவீதமும் காரணமாக இருப்பது மிகை ரத்த அழுத்தம்தான். இதில் இருந்தே, இந்த நோயின் கொடுமை எவ்வளவு தீவிரமானது என்பதைத் தெரிந்துகொள்ளலாம். எனவே, சர்க்கரை நோயாளிகள் மிகை ரத்த அழுத்தம் ஏற்படாமல் பார்த்துக்கொள்ள வேண்டும்

7. மாரடைப்பு

சர்க்கரை நோயாளிகளுக்கு வரும் முக்கியமான பிரச்னை களுள் ஒன்று மாரடைப்பு.

சர்க்கரை நோயின் தாக்கத்தால் ரத்த நாளங்கள் பாதிக்கப் படுகின்றன என்பதை ஏற்கெனவே பார்த்தோம். தவிர, தசைகளுக்குத் தேவையான சத்தி கிடைக்காததால், இதயத் தசைகள் வலுவிழந்து ரத்தத்தைப் போதுமான அளவு வெளி யேற்றவோ, வெளியில் இருந்து வரும் ரத்தத்தை உள்ளிழுக் கவோ முடியாமல் தவிக்கின்றன.

அதேபோல், இதயத்துக்குள் வரும் கொழுப்புகள் மீண்டும் வெளியேறும்போது, இதயத்தின் சிறு நாளங்களில் அடைத்துக்கொள்ள நேரிடுகிறது. மிகை ரத்த அழுத்தம் ஏற்பட்டு ரத்தம் பீறிட்டுக் கிளம்பும்போது, ஏற்கெனவே சர்க்கரை நோயால் பாதிக்கப்பட்ட நாளங்கள் சிதைந்து மாரடைப்பு உண்டாகிறது.

சர்க்கரை நோயாளிகள் இன்சுலின் எடுத்துக்கொண்டால், மெல்ல மெல்ல அதனுடைய செயல்திறன் குறைந்து, அதிக அளவு இன்சுலின் தேவைப்படும்.

இந்த நிலையில், ரத்தத்தில் உள்ள கொழுப்பில் எல்.டி.எல். கொழுப்பின் அளவும் அதிகமாகிவிட்டால், இதயத்துக்கு சக்தியைக் கொடுக்கும் ரத்த நாளங்களில் அழற்சியை ஏற்படுத்தி, ரத்த நாள உள்சுவரில் கறை போன்ற படிமம் ஏற்பட காரணமாகிறது.

இதனால், ரத்த நாளச் சுருக்கம் ஏற்பட்டு, இதயத்துக்குச் செல்லும் ரத்த அளவு குறைகிறது. முடிவில், இதயத் தசை சரிவர இயங்க முடியாமல் இதயக் கோளாறு ஏற்பட்டு விடுகிறது.

சர்க்கரை நோயாளிகளின் தந்துகிகள் சிதைந்துவிடுவதால், இதய நாளங்களிலோ அல்லது இதயத் தசையிலோ வலி ஏற்படுவதை உணர முடியாது. இவர்கள், மாரடைப்பு வரும் நிலையிலும் வலியை உணராமல் நடந்தே வருவார்கள். இதை, ஆங்கிலத்தில் 'சைலன்ட் ஹார்ட் அட்டாக்' என்று சொல்வார்கள்.

சர்க்கரை நோய், இதயத்தை விரிவடையச் செய்து, இதயத்தில் இயங்கும் நரம்புகளைப் பாதித்துவிடுவதால், வலி சமிக்ஞை மூளைக்குப் போகாது. அதனால், வலி தெரியாமல் இதயம் நின்று, உயிர் போய்விடும். ஆகவே, சர்க்கரை நோயாளிகள் குறிப்பாக, இன்சுலின் எடுத்துக் கொள்பவர்கள், இதயத்தையும் அடிக்கடி சோதனை செய்து பார்த்துக்கொள்ள வேண்டும்.

மாரடைப்பைப் பற்றிய சில முக்கிய விவரங்களை இந்தப் பகுதியில் தெரிந்துகொள்ளுங்கள்.

மாரடைப்பு திடீரென்று ஏற்படக்கூடியது. ஆனால், மாரடைப்பு தோன்றுவதற்கு ஒரு வாரமோ அல்லது அதற்கு முன்போ சில அறிகுறிகள் நோயாளிக்குத் தோன்றுகின்றன.

இவை, பெரும்பாலும் இதய வேதனை என்னும் ஆஞ்சைனா பெக்டோரில் வடிவத்தில் தோன்றுகிறது. இந்த வலி தோன்றும் இடம், இந்த வலியின் இயல்பு, வலி ஆகிய அனைத்துமே மாரடைப்புபோல் இருந்தாலும் வலி தோன்றி சில மணித்துளி அல்லது சில மணி நேரங்களில் மறைந்து விடுவது உண்மையான மாரடைப்பு நோய்க்கும், இதய வேதனைக்கும் இடையே உள்ள வேறுபாடு ஆகும்.

இவ்வாறு முன் அறிவிப்பாக ஏற்படும் இந்த வலி, உண்மை யான மாரடைப்பின் அறிகுறியாகத் தோன்றும் வலியோடு இணைந்துவிடுகிறது. மாரடைப்பு நோயில் பொதுவாக தலைச்சுற்றல், கிறுகிறுப்பு அல்லது மயக்கம் ஆகியவை காணப்படும்.

அடிக்கடி தலைச்சுற்றல், கிறுகிறுப்பு, மயக்கம் ஏற்பட்டால் உடனே இ.சி.ஜி. பரிசோதனை செய்வது நலம். தலைச் சுற்றல், கிறுகிறுப்பு, மயக்கம் இவையே மாரடைப்பு நோயின் முதன்மை அபாய அறிகுறிகளாகப் பல நேரங்களில் அமைந்துவிடுகின்றன. பெரும்பாலும், இவை இதய ரத்த ஓட்டம் தொடர்பான அனைத்து நோய்களிலும், பிற பொது வான நோய்களிலும் சாதாரணமாகக் காணப்படும் அறிகுறி களாகும்.

மாரடைப்பின் இன்னொரு அறிகுறி, சாப்பிட்டவுடன் நெஞ்சில் ஏற்படும் ஓர் அசௌகரியம். பெரும்பாலும், இத்தகைய நிலையை ஏதோ செரிமானக் கோளாறாகக் கருதி அறிகுறியை அலட்சியப்படுத்திவிடுகிறார்கள். ஆனால், இந்த அறிகுறி ஏற்பட்ட நோயாளிகளுக்கு இ.சி.ஜி. பரிசோதனையைச் செய்யும்போது, இத்தகைய அறிகுறிகள் பலருக்கு இதய நோய் அதிலும் குறிப்பாக, மாரடைப்பு நோய் இருப்பதாகப் பல நேரங்களில் தெரிய வந்திருக்கிறது.

குறிப்பாக, நடுத்தர வயதில் சாப்பிட்ட பிறகு நெஞ்சில் வலி அல்லது பளு அழுத்துவது போன்ற உணர்வு நீண்ட காலமாக இருந்தால், அந்த அறிகுறிக்குப் போதிய முக்கியத்துவம்

கொடுத்து, எது ஏன் என்பதைக் கண்டறியும் முயற்சியில் உடனடியாக ஈடுபட வேண்டும்.

இந்த நோய் அறிகுறி நரம்பு மண்டலம், ஜீரண உறுப்புகள், மன-உடல் தொடர்பு ஆகிய பல்வேறு துறை சார்ந்த நோய்களால் இருக்கலாம். இத்தகைய அறிகுறியில், மாரடைப்பு போன்ற நோயின் அபாயம் ஆரம்பமாகி இருப்பதையும் மறந்துவிடக் கூடாது.

மேல் மூச்சு வாங்குவது, மாரடைப்பு நோயின் இன்னொரு முக்கிய அறிகுறி. செங்குத்தான ஓர் இடத்துக்கு ஏறிச் செல்லுதல், படிக்கட்டுகளில் ஏறுதல், ஊர்தியைப் பிடிக்க ஓடிச்செல்லுதல் ஆகிய ஓரளவு கடின உழைப்பை ஆற்றும் நிலையில் மேல் மூச்சு வாங்குவது இயல்புதான்.

கொஞ்சம் அதிக உடல் உழைப்பு ஒருவருக்கு மேல் மூச்சு வாங்கும் நிலையை ஏற்படுத்தும் என்றால், அவர் உடனடியாக மருத்துவ ஆலோசனை பெறுவது அவசியமான ஒன்றாகும். இவ்வாறு மேல் மூச்சு வாங்குவது சில விநாடி, சில மணித் துணிகளுக்கு மேல் தொடர்ந்து இருந்தால், இதயத்தையும் பிற உறுப்புகளையும் பரிசோதிக்கும் வரை அதிக உடல் உழைப்பில் ஈடுபடக் கூடாது. சில நேரங்களில், ஆஸ்துமா நோயாளிக்கு இழுப்பதைப் போன்று மேல் மூச்சு வாங்கினால் மருத்துவப் பரிசோதனை செய்ய வேண்டும்.

நெஞ்சில் தோன்றும் வலி, மாரடைப்பு நோயின் பிரதான அடிப்படையான முக்கிய அறிகுறியாகும். நெஞ்சு வலி என்று சொல்லும்போது, நெஞ்சின் மேல் பகுதியில் தோன்றும் வலிக்கு மட்டுமே முக்கியத்துவம் கொடுக்காமல், இடது மற்றும் வலது கைகளில் தோன்றும் அல்லது சாப்பிட்ட பிறகு நெஞ்சின் மத்தியில் தோன்றும் வலி ஆகியவற்றை மனத்தில் கொள்ள வேண்டும்.

இந்தவகையான வலிகளை மிக லேசாகக் கருதக் கூடாது. ஆரோக்கியமாகவும், சுகாதாரமாகவும் இருப்பவர்களுக்கு இத்தகைய வலி வராது. ஆகவே, ஒருவருக்கு வலி தோன்று கிறது என்றால், ஏதோ ஒரு தவறு நிகழப்போவதின் அபாய அறிவிப்பாகவே கருத வேண்டும்.

மாரடைப்பின்போது உணர்விழத்தல், மார்பில் படபடப்பு போன்றவையும் நிகழக்கூடும். ரத்த சோகை, உணர்ச்சி

வயப்படுதல் போன்ற பிற காரணங்களாலும், இதய நோயின்றி உணர்விழக்கும் நிலை உருவாகலாம். மார்பு படபடப்பு, இதய நோயின் அறிகுறியாகத்தான் இருக்க வேண்டும் என்பதில்லை. ஆனால், இந்த இரண்டு அறிகுறி களும் என்ன காரணத்தால் ஏற்படுகின்றன என்பதை அறிந்து கொள்வது மிகவும் அவசியம்.

8. மன இறுக்கம்

வளர்ந்து வரும் நாகரிக வளர்ச்சி, மாறி வரும் சமுதாயச் சூழல், வேலையில்லாத் திண்டாட்டம் முதல் முக்கிய நிகழ்ச்சிகளான திருமணம், விவாகரத்து, ஓய்வு, குடும்பத்தில் மரணம், குழந்தைப் பிறப்பு, வேலையிழப்பு, முக்கியப் பிரமுகருக்காகக் காத்திருத்தல், போக்குவரத்து நெரிசலில் சிக்கித்தவித்தல், எதையாவது மறந்துவிட்டு தேடுதல் அல்லது தொலைத்துவிடுதல், விவாதங்கள் என ஒவ்வொரு நிகழ்ச்சி யும் மனிதனின் உடல் மற்றும் மன நலனைப் பாதிக்கின்றன.

மனிதனின் ஸ்திரத்தன்மை, புதிய சூழல்கள், எதிர்ப்புகள் என்று எதிர்மறையான ஒன்றை எதிர்கொள்ள நேரிடும்போது, பதற்றத்தால் சீர்குலைந்து, மன இறுக்கம் உண்டாகிறது.

மன இறுக்கம் நமது அன்றாடச் செயல்பாடுகளை முடக்கி விடுகிறது. உடல் மற்றும் உள்ளத்தின் நலன்களையும் வெகுவாகப் பாதிக்கிறது. மன இறுக்கம் ஏற்படும்போது, எதிலும் மனம் ஒன்றாத நிலை உண்டாகும். இதனால், கடுமை யான தலைவலி, வயிற்று வலி, விரக்தியான மனநிலை, கோபம், ஒவ்வாமை போன்ற தொல்லைகள் உண்டாகும்.

மன இறுக்கத்தால் இதயம் எப்படிப் பாதிக்கப்படுகிறது என்று கேட்கலாம். நேரடியான பாதிப்பைவிட மறைமுகப் பாதிப்புகள் அதிகம்.

இப்படி, ஒவ்வொரு செயலுக்கும் மன இறுக்கத்துக்கும் ஒரு நெருக்கம் இருப்பதைப் பார்க்கலாம். ஆக, மன இறுக்கத்தால் உணர்ச்சிகளுக்கும், பழக்கங்களுக்கும் ஆளாகும்போது, ரத்த நாளங்கள் பாதிக்கப்படுகின்றன. சர்க்கரை நோயின்போது இந்தப் பாதிப்பின் அளவு அதிகமாகிறது.

புகைப் பிடிக்கும்போது, இதயத்துக்கு ஆக்சிஜனைவிட கார்பன்-டை-ஆக்சைடு அதிகமாகக் கிடைக்கிறது. இதனால்,

ஆக்சிஜனுக்காக ஏங்கும் இதயத்தில் குத்தல் வலி எடுக்கும். இந்தக் குத்தல் வலிக்கு ஆஞ்சைனா என்று பெயர்.

இதை, புகைப் பழக்கம் அதிகமாகத் தூண்டுகிறது. இதைப் போல், புகைப் பழக்கத்தால் ரத்த செல் தட்டுகள் அனைத்தும் ஒன்றாக ஒட்டிக்கொள்ளும். ஏற்கெனவே கொழுப்பு போன்ற பிரச்னைகளால் பாதி அடைபட்டிருக்கும் ரத்த நாளத்துக்குள் செல் தட்டுகளும் ஒட்டிக்கொண்டுவிட்டால் என்ன ஆகும்? ரத்த நாள அடைப்பு உண்டாகி மாரடைப்பு ஏற்படும்.

மன இறுக்கம் உண்டாகும்போது ரத்த அழுத்தம் உயரும். இதனால், ஏற்கெனவே பாதிக்கப்பட்ட ரத்த நாளங்கள் சிதைந்துபோகும். இதயம் சீர்கெட ஏதுவாகும். மன இறுக்கத்தால் நரம்பு மண்டலம் பாதிக்கப்படும்போது, நரம்பு சார்ந்த பல்வேறு பிரச்னைகள் வரும். மன இறுக்கம் இருந்தால், பசி எடுப்பதில்லை. இதனால், சர்க்கரைக் குறைபாடு ஏற்பட்டு பிரச்னைகள் அதிகரிக்கும்.

ஆராய்ந்து பார்த்தால், இப்படி ஒவ்வொரு பிரச்னைக்கும் மன இறுக்கம் காரணமாக இருப்பதைத் தெரிந்து கொள்ளலாம்.

மன இறுக்கம் ஏற்படும்போது, முகத்தில் தசை இருக்கமாக இருப்பதைப் பார்த்திருப்பீர்கள். தசை இறுக்கம், மன இறுக்கத்தின் எச்சரிக்கை அறிகுறி.

இளம் வயதிலேயே சர்க்கரை நோய் வந்துவிடும்போது, காலம் முழுவதும் இந்த நோயோடு வாழவேண்டுமோ என்ற அச்சம் மன இறுக்கத்தை உண்டாக்கி, சுயநம்பிக்கை எண்ணத்தைத் தகர்த்துவிடுகிறது. இது ஒரு நோய் அல்ல, குறைபாடுதான் என்ற எண்ணம் மேலோங்கிவிட்டால், அந்த நோயுடனேயே சாதிக்கலாம்.

பாகிஸ்தான் கிரிக்கெட் அணியின் முன்னாள் கேப்டன் வாசிம் அக்ரம், குழந்தைப் பருவத்தில் வரும் சர்க்கரை நோயால் பாதிக்கப்பட்டவர். ஆனால், பிற்காலத்தில் அவர் உலகமே வியக்கும் வகையில் கிரிக்கெட்டில் சாதித்து, வரலாற்றில் இடம் பெற்றிருப்பதை நினைவில் வைத்துக்கொள்ளுங்கள்.

மன இறுக்கத்தைத் தவிர்க்கும் வழிகள்

சர்க்கரை நோயாளிக்கும் மன இறுக்கத்துக்கும் நீண்ட இடைவெளி இருக்க வேண்டும். வந்ததை நினைத்து

வருத்தப்படாமல், அதை எப்படி வெல்ல வேண்டும் என்பதைப் பற்றி சிந்திக்க வேண்டும்.

- ★ நமது உணர்வுகளை நம்பத் தகுந்தவர்களோடு மனம் விட்டு பகிர்ந்துகொள்ளுதல்
- ★ மனம் விட்டுப் பேசுதல்
- ★ மனம் விட்டு அழுதல்

ஆகிய வழிகளில் மன இறுக்கத்தைத் தளர்த்தி, சிக்கலான சூழலில் இருந்து விடுபட்டு, மூளையை லேசாக்க முயற்சிக்க வேண்டும்.

மற்றவர்களுக்காக எதையாவது செய்துகொண்டிருங்கள். பிறருக்காக உழைக்கும்போது மனம் இலகுவாகும். தனியாக இருந்தால் உடற்பயிற்சி செய்யுங்கள். உணர்ச்சி வயப்படுவதைத் தவிருங்கள். தசை இறுக்கத்தைத் தளர்த்துங்கள். மனத்துக்கு இதமான இசை கேளுங்கள். நல்ல புத்தகங்களைப் படியுங்கள்.

உடற்பயிற்சி, சமச்சீரான உணவு முறை, நல்ல பழக்க வழக்கங்கள், குடும்பத்தினருடன் ஐக்கியம், வாழ்க்கை முறையில் நல்ல மாற்றம் போன்றவற்றைக் கடைப்பிடிப்பது நல்லது. முடிந்தால், யோகா செய்யுங்கள். மூச்சை ஆழ்ந்து இழுத்து சுவாசிப்பதை வழக்கமாக வைத்துக்கொண்டால் மன இறுக்கம் குறையும்.

மன இறுக்கம் எவ்வாறு குறைபாட்டை உண்டாக்குகிறது?

மன இறுக்கம் போன்ற சூழல்களில், எதிலும் கவனம் செலுத்த முடியாத நிலை உண்டாகும். குடும்பத்தில்கூட, பாலுறவு விஷயங்களில் கவனம் செலுத்த முடியாது.

பாலுறவு விஷயத்தில் இயலாமை ஏற்பட்டுவிடும் என்ற எண்ணம், தாழ்வு மனப்பான்மை, கட்டுப்பாட்டை இழந்து விட்டோம் என்ற உணர்வு, தம்பதியருக்கிடையே நெருக்கம் இல்லாமை, அடிக்கடி ஏற்படும் கோபம் போன்றவை பாலுறவு வேட்கையைப் பாதிக்கின்றன. இவ்வாறு, பாலுறவுக்கு 'மனம்' ஒப்புக்கொள்ளாதபோது, இயல்பாகவே பாலுறவு ஆற்றல் குறைய ஆரம்பித்துவிடுகிறது.

சர்க்கரை நோய் கட்டுப்படுத்தப்படாத நிலையில் பல்வேறு பிரச்னைகள் இருந்தால், முதலில் சர்க்கரை நோயைக் கட்டுப்படுத்திக்கொள்ளுங்கள். பிறகு, உளவியல் மருத்துவ நிபுணரை அணுகி மன இறுக்கத்தைப் போக்கும் வழிகளைக் கேட்டறியுங்கள். சர்க்கரையைக் கட்டுப்பாட்டுக்குள் வைத்துக்கொள்ளுங்கள்.

9. கொழுப்பு

சர்க்கரை நோயை அதிகப்படுத்தும் விஷயங்களில் மிக முக்கிய மானவை உடல் பருமனும் கொழுப்பும் (கொலஸ்ட்ரால்) தான். இவை இரண்டும், ஒன்றுடன் ஒன்று பின்னிப் பிணைந் தவை. இவற்றைப் பற்றி புரிந்துகொண்டால், சர்க்கரை நோயைக் கட்டுப்படுத்துவது எளிதாகிவிடும்.

சர்க்கரை நோயின்போது உடல் பருமன் ஏற்படுவதும், உடல் பருமன் உள்ளவர்களுக்கு சர்க்கரை நோய் வருவதும் இயல்பு. அது, ஏன், எப்படி என்பதைப் பற்றி தெளிவாகத் தெரிந்து கொள்ளுங்கள்.

நாம் உயிர்வாழ வேண்டுமானால், ஆரோக்கியமாகச் செயல் பட வேண்டுமானால் கொழுப்புச் சத்து மிக அவசியம். கொலஸ்ட்ரால் எனப்படும் இது, லைபோபுரோட்டீனக மாற்றப்பட்டு ரத்த நாளங்கள் வழியாக உடலில் உள்ள அனைத்து செல்களுக்கும் கடத்தப்படுகிறது.

நமது உடலில் உள்ள ஈரல்தான் கொழுப்பைப் பல வகை களில் தயாரித்துக்கொடுக்கிறது. உணவில் இருந்து சுமார் 20 - 30 சதவீதம் கொழுப்பைத் தயாரித்துவிடுகிறது. உடலுக்குத் தேவையான சத்தில், சுமார் 40 சதவீதம் அளவு கொழுப்பு வடிவில் இருக்கும்.

இந்தக் கொழுப்பிலும், அடர்த்தி அதிகமான கொழுப்பு (எச்.டி.எல்.), அடர்த்தி குறைந்த கொழுப்பு (எல்.டி.எல்.), மிகக் குறைவான அடர்த்தியுள்ள கொழுப்பு, மிக அதிக அடர்த்தியுள்ள கொழுப்பு என நான்கு வகைகள் உள்ளன. இதில் பல உள் பிரிவுகளும் உள்ளன. அடர்த்தி அதிகமான கொழுப்பை நல்ல கொழுப்பு என்றும், அடர்த்தி குறைந்த கொழுப்பைக் கெட்ட கொழுப்பு என்றும் சொல்வார்கள்.

கொழுப்பை உற்பத்தி செய்யும் ஈரல், அதை உடலின் பிற இடங்களுக்கும் அனுப்பிவைக்கிறது. லைபோபுரோட்டீன் வடிவில் ரத்த நாளத்தில் கொழுப்பு மிதந்து செல்லும். தேவை இருந்தால், அது சக்தியாக மாற்றப்பட்டு செலவழிக்கப்படும். இல்லாவிட்டால், அப்படியே கொழுப்பு வடிவிலேயே சேமித்து வைக்கப்படும்.

நல்ல கொழுப்பு குறைந்தாலும், கெட்ட கொழுப்பின் அளவு அதிகரித்தாலும், இரண்டுமே தேவையைவிடக் குறைந்தாலும், சர்க்கரை நோயின்போது நாளங்கள் மிக வேகமாகப் பாதிக்கப் பட்டு, அதன் தொடர்ச்சியாக இதயமும் பாதிக்கப்படும்.

இன்னொரு முக்கிய விஷயம் என்னவென்றால், நமக்கு தினமும் 2000 கலோரி சத்து மட்டுமே தேவை. கூடுதலாகக் கிடைப்பவை எல்லாம் கிளைகோஜென்னாக மாற்றப்பட்டு, உடலில் ஆங்காங்கே சேமித்து வைக்கப்படுகிறது. இதனால் உடல் எடை அதிகரிக்கிறது.

எடை கூடினால், தேவையில்லாமல் உடல் பருமனை சுமக்க வேண்டி இருக்கும். இதயத்துக்கும் பணிச்சுமை அதிகரிக்கும். இதனால், ரத்த அழுத்தம் அதிகரிக்கும். நுரையீரலுக்குப் போதுமான ஆக்சிஜன் கிடைக்காது.

கொழுப்புகள் அனைத்தும் கொழுப்புச் செல்களைவிட தசைச் செல்களில்தான் அதிகமாகச் சேமித்து வைக்கப் பட்டிருக்கும். நமது உடலில் உள்ள அரை கிலோ தசையானது சுமார் 35 முதல் 45 கலோரிகளைச் செலவழிக்கும். ஆனால், இதே எடையுள்ள கொழுப்புத் திசு, வெறும் இரண்டு கலோரி களை மட்டுமே செலவழிக்கும். கொழுப்புத் திசுக்களைவிட தசைத் திசுக்களே அதிகம் என்பதால்தான் நாம் உட்கார்ந்திருந் தாலும், நடந்தாலும் கலோரிகள் எரிக்கப்பட்டு செலவாகின்றன.

காரணங்கள்

உடல் பருமன் உண்டாவதற்கு முக்கியக் காரணங்கள் என்று பார்த்தால், உடலில் சுரக்கும் ஹார்மோன்களில் மாறுபாடு கள், வாழ்க்கை முறை, உடற்பயிற்சியின்மை, உணவு முறை ஆகியவையே முக்கிய இடத்தைப் பிடிக்கும். மேலே குறிப் பிட்ட காரணிகள் எவ்வாறு உடல் பருமனைத் தூண்டு கின்றன என்பதைப் பார்ப்போம்.

ஹார்மோன் மாறுபாடுகள்

உடல் பருமன் என்பது ஆண்களுக்கும், பெண்களுக்கும் பொது வானது. வயது வித்தியாசம் இல்லாமல் எல்லோருக் கும் உண்டாகும்.

சொன்னால் சிரிக்கக் கூடாது. ஆண்களுக்கு முன்னாலும் (வயிற்றுப் பகுதி), பெண்களுக்குப் பின்னாலும் (புட்டப் பகுதி) அதிகக் கொழுப்பு சேருகிறது. இதுவே, ஹார்மோன் மாறுபாடுகளால் ஏற்பட்டிருந்தால், உடல் முழுவதும் பருமனாக இருக்கும்.

இளம் வயதில் அழகாக இருக்கும் பெண்களில் பலர் , 30, 40 வயதுகளில் சதைப்பிண்டங்களாகக் காட்சி அளிப்பதற்குக் காரணம், அவர்களின் கருப்பையில் சுரக்கும் ஈஸ்ட்ரோஜென் என்ற ஹார்மோன் சுரப்பு குறைந்துவிடுவதே காரணம். இதனால், உடலில் கொழுப்புச் சத்து அதிகரித்துவிடும்.

ரத்தத்தில் கொழுப்பு அதிகரிப்பதால், ரத்த நாளங்கள் சுருங்கி பக்கவாதம், மாரடைப்பு போன்ற பிரச்னைகள் உண்டா கின்றன. கொழுப்பு உணவுகளோடு, புகைப் பிடித்தல் போன்ற பழக்கம் இருந்தால், இன்னும் வேகமாக ரத்த நாளங்கள் பாதிக்கப்பட்டு இதயப் பாதிப்புகள் வருகின்றன.

தைராய்டு ஹார்மோன் குறைபாட்டினாலும் உடல் பருமன் உண்டாகும்.

வாழ்க்கை முறை

வீட்டில் உள்ள பெண்கள், பெரும்பாலும் டிவியில் வரும் மெகா தொடர்கள் முதல் எந்த ஒரு நிகழ்ச்சியையும் விட்டு வைக்காமல் பார்க்கும் பழக்கத்துக்கு அடிமைப்பட்டிருக் கிறார்கள்.

எப்போதும் தொலைக்காட்சி பார்த்தல், பகல் நேர உறக்கம், ஒரே இடத்தில் முடங்கிக் கிடத்தல், சிறுகச் சிறுக நொறுக்குத் தீனி, கவலைப்பட்டுக் கொண்டு பட்டினி கிடந்து விட்டு ஒரே நேரத்தில் அதிகமாகச் சாப்பிடுவது, மது வகை களை அருந்துவது மற்றும் சர்க்கரை நோய் ஆகியவற்றால் உடல் பருமன் அதிகரிக்கிறது.

உடற்பயிற்சியின்மை

உடற்பயிற்சி இல்லாத நிலையானது, சர்க்கரை நோயையும், உடல் பருமனையும் உரம்போட்டு வளர்ப்பது போன்றதுதான்.

உடற்பயிற்சி செய்யாததால், உடலில் உள்ள நாளங்கள் அனைத்தும் வலுவிழந்து, மென்மையாகி நாளடைவில் சிதைந்துபோகவும் வாய்ப்பு இருக்கிறது. எனவேதான், உடல் பருமன் உள்ளவர்கள் உடற்பயிற்சி செய்து எடையைக் குறைக்க வேண்டும் என்று மருத்துவர்கள் சொல்கின்றனர்.

எதையும் செய்யாமல் அடுத்தடுத்து சாப்பிட்டுத் தூங்கி, வெறுமனே பொழுதைக் கழிக்கும்போது உடல் பருமன், பலவீனம் போன்றவை உண்டாகி இதயம் பாதிக்கப்படும். சர்க்கரை நோயும் அதிகரித்துவிடும்.

உணவுப் பழக்கம்

உடல் பருமனுக்கு, உணவுப் பழக்கம் முக்கியக் காரணம். நகர்ப்புறங்களிலும், கிராமப்புறங்களிலும் வாழ்வோரில் அதிகப் படிப்பறிவும், மருத்துவ அறிவும் இல்லாத மக்களிடையே உணவுப் பழக்கத்தால் வரும் பாதிப்புகள் பற்றி எதுவும் தெரிவதில்லை.

பலர் ருசிக்காகவும், பொழுதுபோக்குக்காகவும் துரித உணவுகள், பதப்படுத்தப்பட்ட உணவுகள், மாமிச வகைகள் ஆகியவற்றைச் சாப்பிடுகிறார்கள். இவை, சர்க்கரை நோயைத் தூண்டுபவை என்பதையும், இதயத்துக்குத் தீங்கானவை என்பதையும் யாரும் உணருவதில்லை.

உணவுப் பொருள்களை, கொழுப்புச் சத்து உள்ளவை, நார்ச் சத்து உள்ளவை என்று இரண்டு வகைகளாகப் பிரிக்கலாம்.

கொழுப்புச் சத்துள்ள உணவுப் பொருள்களுள் மாமிச வகைகள், வறுத்த உணவு, எண்ணெய்ப் பொருள்கள், முட்டையின் மஞ்சள் கரு, வெண்ணெய் நீக்கப்படாத பால், பால் பொருள்கள், கிரீம்கள், இனிப்புப் பொருள்கள் ஆகியவை முக்கியமானவை. இவை அனைத்தும், சர்க்கரை நோயை அதிகப்படுத்தக்கூடியவை. இவற்றை அதிக அளவில் சாப்பிடும்போது, தேவைக்கு மேல் கொழுப்பு சேர்த்து வைக்கப்பட்டு உடலின் சுற்றளவு பெரிதாகிறது.

நார்ச் சத்துப் பொருள்களில் இத்தகைய கொழுப்புச் சத்துகள் குறைவாகவே இருக்கும். தவிர, நார்ச் சத்துப் பொருள்கள் தேவையான சக்தியைத் தவிர மற்றவற்றை வெளியேற்றி விடுகின்றன.

உணவுகளால் கொழுப்பு எவ்வாறு உண்டாகிறது, அது எவ்வாறு சர்க்கரையைத் தூண்டுகிறது, இதயத்தைப் பாதிக் கிறது, பாலுறவுக் குறைபாட்டை ஏற்படுத்துகிறது என்பதை அடுத்து பார்ப்போம்.

சர்க்கரை நோய் இருக்கும்போது, ஏற்கெனவே சக்திகள் சரியாகப் பிரிக்கப்படாமலும், செல்களுக்குத் தேவையான சக்தி கிடைக்காமலும் போகும். நோயின் பாதிப்பால் ரத்த நாளங்கள் நைந்திருக்கும் நிலையில், கொழுப்பும் சேர்ந்து அவற்றைச் சுருக்குவதால், இதயத்தில் இருந்து நாளங் களுக்குச் செல்லும் ரத்தம் சீரான வேகத்தில், சீரான அளவில் செல்ல முடிவதில்லை. இதனால், ரத்த ஓட்டம் அதிகரித்து ரத்த நாளங்கள் ஆங்காங்கே சிதைந்துபோகும்.

கொழுப்புகளால் மிகச்சிறிய சிரை நாளங்கள் பாதிக்கப்பட் டால், செல்களுக்கு ரத்த ஓட்டம் இருக்காது. இதனால்தான், சர்க்கரை நோயால் பாதிக்கப்பட்டவர்கள் மாரடைப்பு, ரத்த நாளப் பிரச்னைகள் போன்றவற்றால் எளிதில் பாதிக்கப்படு கிறார்கள்.

இந்த நிலை, ஆண் உறுப்புக்கு ரத்தத்தைக் கடத்தும் நாளங் களில் ஏற்படும்போது ஆண்மை எழுச்சி உண்டாவது இல்லை. பெண்ணுக்குக் கடத்தப்படும்போது பெண்மைக் கான எழுச்சியும் இருக்காது. உடல் நலம் விரைவாகப் பாதிக்கப்பட்டு, பக்கவாதமாகவோ, மாரடைப்பாகவோ, ரத்த நாளம் அழுகுவதிலோ போய் முடியும்.

கொழுப்பைத் தவிர்க்கும் வழிகள்

ஏரோபிக் பயிற்சி, சைக்கிள் ஓட்டுதல், நடத்தல், நீந்துதல், ஓடுதல், குனிந்து நிமிர்ந்து ஏதேனும் வேலை செய்துகொண் டிருத்தல் போன்றவற்றில் ஈடுபடலாம். படிகளின் மீது ஏறுதல், இறங்குதல், குதித்தல் போன்ற சாதாரணச் செயல் களால்கூட தேக்கிவைக்கப்பட்ட கொழுப்பு வேகமாக எரிக்கப்பட்டு உடல் நலம் சீராகும்.

பொதுவாக, ஆண்களுக்கு 1600 முதல் 2000 கலோரி சத்தும், பெண்களுக்கு 1200 முதல் 1600 கலோரிகளும் தினமும் தேவை. இவற்றை எரிப்பதற்கு வசதியாக, தசைத் திசுக்களின் அளவை அதிகரிக்க வேண்டும். கை கால்களுக்குப் பயிற்சி தந்தால், தசைத் திசுக்கள் அதிகரிக்கும். இதனால், கூடுதல் கலோரிகள் செலவாகும்.

பதினைந்து நிமிடங்கள் தனியாக நடந்தால் சுமார் 60 கலோரி சத்து எரிக்கப்படும். நேரத்துக்குச் சாப்பிடுங்கள். ஒரே நேரத்தில் அதிகமான உணவு சாப்பிடுவதைவிட, அதைப் பல பகுதிகளாக்கி, சிறுகச் சிறுக சாப்பிடலாம். தினமும் எவ்வளவு கலோரி தேவை என்பதைக் கவனத்தில் வைத்துக் கொண்டு, அதற்கேற்ப சாப்பிடுவதுதான் புத்திசாலித்தனம். சிறுகச் சிறுகச் சாப்பிடுவதால், நாள் முழுவதும் புத்துணர்ச்சி யுடன் இருக்கலாம். கொழுப்பைவிட கார்போஹைட்ரேட் பொருள்கள்தான் சீக்கிரமாகச் செலவாகும். எனவே, கொழுப்பைக் குறைத்துக்கொள்ள வேண்டும்.

சாப்பிடும்போது, இடைவெளியில் பேசுவது கலோரிகளை எரிக்க உதவும். அதேபோல், சாப்பிட்டவுடன் படுத்து விடாமல் கொஞ்ச தூரம் உலாவச் செல்லலாம். லிஃப்டில் செல்லாமல் படியில் ஏறிச் செல்லலாம். அருகில் உள்ள நண்பரை தொலைபேசியில் அழைப்பதைவிட நேரில் சென்று பார்த்துவிட்டு வரலாம்.

இசை கேட்கும் பழக்கம் இருந்தால், நமக்குத் தெரிந்த வகையில் ஆடலாம். இதனால், ஏரோபிக் பயிற்சியைப் போலவே இதிலும் கலோரிகள் குறையும். சாய்ந்து உட்காராமல், நேராக உட்கார்ந்து படிக்கும்போதும், எழுதும்போதும், ஐந்து சதவீத கலோரிகள் எரிக்கப்படும்.

இப்படி, சின்னச் சின்ன விஷயங்களில் எல்லாம் கலோரிகள் எரிக்கப்படும் விதத்திலும், கொழுப்புப் பொருள் மிகை யாகாத வகையிலும் பார்த்துக்கொண்டால், எந்தச் சூழலிலும் உடல் பருமன் ஏற்படுவதைத் தவிர்த்துவிடலாம்.

உங்கள் கவனத்துக்கு

★ எண்ணெய்யில் வறுத்த மற்றும் பொரித்த உணவுகளைத் தவிர்க்க வேண்டும்.

★ உணவில் இருந்து இறைச்சி வகைகளை நீக்க வேண்டும்.

★ மாவுச் சத்து அதிகம் உள்ள கிழங்கு வகைகளையும், தானியங்களையும் தவிர்க்க வேண்டும்.

★ அடிக்கடியும், அளவுக்கு அதிகமாகவும் சாப்பிடுவதைத் தவிர்க்க வேண்டும்.

★ கேக்குகள், பாலாடைக் கட்டி, ஐஸ் கிரீம், இனிப்பு வகைகளைச் சாப்பிடக் கூடாது.

★ மிக்சர் போன்ற நொறுக்குத் தீனிகளையும், இனிப்பு வகைகளையும் தவிர்க்க வேண்டும்.

★ சர்க்கரைப் பயன்பாட்டைக் குறைத்துக்கொள்ள வேண்டும்.

★ உப்புச் சத்து அதிகம் உள்ள ஊறுகாய், கருவாடு போன்ற வற்றைத் தவிர்க்க வேண்டும்.

★ கூடுமான வரை, நார்ச் சத்து அதிகம் உள்ள காய்கறிகள் மற்றும் கீரைகளைச் சாப்பிட வேண்டும்.

★ உணவை வேகமாகச் சாப்பிடாமல், மெதுவாக மென்று சுவைத்துச் சாப்பிட வேண்டும். குறைவாகச் சாப்பிட் டாலும், நிறைவைத் தரும்.

★ உட்கார்ந்து விளையாடும் விளையாட்டுகளைத் தவிர்த்து, சைக்கிள், வாக்கிங், ஓடி ஆடுதல் போன்றவற்றை மேற் கொள்ள வேண்டும்.

★ சாப்பிடும்போது டி.வி. பார்த்தல், பேசுதல் போன்ற வற்றைத் தவிர்க்க வேண்டும்.

★ சர்க்கரை நோயின்போது உடலில் சேரும் கொழுப்பு அனைத்தும் சக்தியாக மாற்றப்படாமல் அப்படியே ரத்தத்தில் சுற்றி வரும்போது, அது ரத்த நாளங்களில் படிந்து அதைச் சுருக்கி பாதிப்பை உண்டாக்குகிறது.

இப்படிப்பட்ட பிரச்னைகளைத் தீர்ப்பதற்கு உரிய உணவு முறை, சீரான வாழ்க்கை முறை, தவறாத உடற்பயிற்சி, மருந்து மாத்திரைகள் சாப்பிடுதல் ஆகியவற்றை தவறாமல் பின்பற்ற வேண்டும்.

www.ingramcontent.com/pod-product-compliance
Lightning Source LLC
LaVergne TN
LVHW100343051026
849518LV00003B/880

* 9 7 8 8 1 8 4 9 3 5 7 9 0 *